ప్రాచీన గాథలు

అనువాద కవిత్వం

బొల్లోజు బాబా

ఛాయ

హైదరాబాద్

PRACHEENA GATHALU

anuvada kavitvam

Bolloju Baba

30-7-31 Gollala Veedhi
Suryanarayanapuram
Kakinada, Kakinada District
Andhra Pradesh- 533001
+91- 98493 20443

First Edition: December: 2024

Cover Page: Sri Giridhar Arasavalli

Book Design: Kranti, 7702741570

Published By:
Chaaya Resources Centre
103, Haritha Apartments,
A-3, Madhuranagar,
HYDERABAD-500038
Ph: (040)-23742711, Mobile: +91-70931 65151
email: chaayaresourcescenter@gmail.com

Publication No: CRC - 145
ISBN No. 978-81-982293-1-1

For Copies:
All leading Book Shops
https:/amzn.to/3xPaeId
bit.ly/chaayabooks

విషయసూచిక

కొండ యద్దమందు...

ఇంటర్నెట్ విప్లవం ఇంటింటికీ చేరుకున్నాక, సోషల్ మీడియా మన నిత్యజీవితంలో విడదీయరాని భాగం అయిపోయిన తరువాత – ఒకోసారి ప్రాణానికి విసుగ్గా ఉంటుంది. మాటలు, పాటలు, కదలని బొమ్మలు, కదిలే బొమ్మలూ వఱదలై ముంచెత్తుతుంటాయి మన ఏకాంతాన్ని. ఈ రణగొణధ్వని కాలుష్యానికి దూరంగా ఎందుకు పారిపోవని లోపలివాడు ప్రతిరోజూ నిలదీస్తున్నప్పుడు సమాధానంగా అమూల్యమైన కొందరి రచనలను స్మరించుకుంటాను నేను. ఈ నెట్టూ, ఈ సోషల్ మీడియా చెట్టు మీద వాలిన కవికోకిలలు, ఛప్పన్నారుగురు బ్లాగరులు, ఈ ఆర్కైవ్ డాట్ ఆర్గ్, ఈ వికీ సోర్సు – ఈ అందరూ, ఇవన్నీ కలిసి కదా నా హృదయాకాశాన్ని నిరంతరంగా విస్తరింపజేస్తున్నది!

నాకు బొల్లోజుబాబా గారితో ముఖపుస్తకపరిచయమే గానీ ముఖపరిచయం లేదు. ఆయనకు ఒక స్పష్టమైన సైద్ధాంతికనేపథ్యం ఉన్నది. దాంతో నాకు పెద్దగా అంగీకారమేమీ లేదు. తన సిద్ధాంతానికి అనుగుణంగా వాదనలను సమకూర్చుకునేందుకు ఆయన చేసే అధ్యయనం పట్ల మాత్రం షరతులతో కూడిన గౌరవం మాత్రం ఉన్నది. చిన్నా చితకా తప్పులను సూచించినప్పుడు నిస్సంకోచంగా అంగీకరించే ఆయన వినమ్రతా నాకు ఇష్టము. స్నేహానికి అభిప్రాయభేదాలు అడ్డం కావన్న సత్యవాక్కుకు నాకు లభించిన సాక్ష్యాలలో ఒకటి – బాబాగారితో నాకు కుదిరిన స్నేహం. ఈ పరిచయవాక్యాలు వ్రాయడానికి అదొక్కటే అర్హత కాజాలదని తెలుసును. ఒక సాధారణపాఠకుడిగా నాకు తోచింది వ్రాస్తానని – పుస్తకంలో వేసుకున్నా వేసుకోకపోయినా ఏమీ పర్వాలేదని చెప్పాక ఈ పుస్తకాన్ని చదివే పని తలకెత్తుకున్నాను.

ఏ రెండు వేల ఏళ్ళకో పైబడిన ప్రాచీనభారతీయసాహిత్యవైభవం ఈ పుస్తకపు పుటలలో మీకోసం ఎదురుచూస్తున్నది. "గాగర్ మే సాగర్ భర్నా" (గంగాళంలో సముద్రాన్ని నింపడం) వంటి ప్రయత్నం ఇది. అపురూపమైన దృశ్యచిత్రాల సంపుటం ఈ పుస్తకం.

దృశ్యాలేనా? శబ్దాలు, వాసనలు, చిన్న చిన్న కదలికలు, సుదీర్ఘప్రవాసాలు, ఋతుచక్రభ్రమణాలు - ఇంద్రియగ్రాహ్యమైన ప్రపంచపు సూక్ష్మరూపం ఒదిగివున్నది ఈ పుస్తకంలో. మానధనులూ, దానశీలురూ అయిన రాజులు, వీరులు, వేటగాళ్ళు, రైతులు, సముద్రపతులుగా సంబోధించబడే నావికులూ, జాలరులూ, పర్వతరాజులూ, వనదేవతలూ, చెడుతోవలు తొక్కే మొగుళ్ళూ, వాళ్ళను చెవి మెలేసి అదుపులోకి తెచ్చుకోగల ధీరభార్యలు, జొన్నచేలలో మంచె మీదికెక్కి చిలుకలను తోలే జానపదకాంతలు, జాణలు, ముగ్ధలు, సురతానందాభివ్యక్తులు, విరహపు నిట్టూర్పులూ కన్నీళ్ళూ, ఏనుగులు, ఎద్దులు, లేళ్ళు, పావురాళ్ళు, సెలయేళ్ళూ, కలువలూ, ఆవపొలాల పక్కన చలికాచుకునేందుకు వేసిన నెగళ్ళూ - ఉన్నాయున్నాయెన్నెన్నో ఉన్నాయి. మరెన్నెన్నో ఉన్నాయి ఈ కలైడోస్కోపిక్ కవితాసంపుటంలో. నైలూ నది నాగరికతలో సామాన్యుడి జీవితమెట్టిదో చరిత్రకెక్కలేదని వాపోయిన శ్రీశ్రీ దక్షిణదేశపు సాగరతీరం నుంచి ఉత్తరదేశపు సస్యకేదారాల దాకా వ్యాపించిన జనజీవితాన్ని అక్కున చేర్చుకున్న ఈ కవిత్వాన్ని చూస్తే ఎంత మురిసిపోయేవాడో.

ఈ పుస్తకంలోని పదకొండు అధ్యాయాలలో కవిత్వానువాదం ఉన్నది. కొన్ని కవితల దిగువన చెప్పితే తప్ప తెలియనివి, అర్థబోధకు సహాయపడేవీ అయిన లఘుటిప్పణులున్నాయి. అంత కన్నా ముఖ్యంగా - ఈ పదకొండు అధ్యాయాలకూ కవి వ్రాసుకున్న వివరణలను పన్నెండవ అధ్యాయంలో పొందు పరిచారు. ఒకో అధ్యాయం చదివాక దాని తాలూకు వివరణ(ల)ను చదివితే మీ పఠనానుభవానికి కొంత ఉపయుక్తమవుతుంది. సద్యఃకవిత్వానందానికి పెద్ద పీట వేసి వివరణలను ఆ తరువాత ఇవ్వడం మంచి నిర్ణయం.

ఋతువర్ణనల అధ్యాయంలో కనబడే వాల్మీకి కాళిదాసుల పేర్లను వదిలేస్తే, ఇందులోని కవుల పేర్లేవీ తరచుగా వినబడేవి కావు. కొన్ని కవితల కర్తలెవరో తెలుసుకోగలిగే అవకాశమైనా లేదు. సంగం కవిత్వానికి, గాథాసప్తశతికి సంబంధించిన ఇంకో గమ్మత్తేంటంటే - వందలాది ఏళ్లకు పైగా ఆ యా కవుల పేర్లు భద్రంగా గుర్తుకుపెట్టుకుంటూ వస్తున్నప్పటికీ, అవన్నీ ఆ కవిత్వపు దీపం క్రింది నీడలో దృశ్యాదృశ్యంగా మిగిలిపోతాయి. కర్పూరం వెలిగి మాయమయ్యాక పరిమళం మాత్రం మిగిలినట్లు కవిత్వానుభూతి మాత్రం మిగులుతుంది. సార్వత్రికమైన భావోద్వేగాలు, వాటి ప్రగాఢత, సరళమైన అభివ్యక్తి, ముక్తకస్వభావము ఉండడం వల్ల ఈ కవితలు పఠితలను చప్పున ఆకట్టుకుంటాయి. మన మాటల్లో మళ్ళీ చెప్పమని మనలను పురిగొల్పుతాయి కూడా.

వీటిల్లో నాకు బాగానచ్చినవి - సంగం కవిత్వంలోనుంచి ఒక 20-30 కవితలు,

గాథాసప్తశతి అనువాదాలు, అమరుశతకం పద్యాలు. ఆనందంతోబాటు చాలా కుతూహలాన్ని ఆదరభావాన్ని కలిగించినవి యోగేశ్వరుడి పద్యాలు.

అనువాదం బాగా పండాయని నాకనిపించిన కవితలకు రెండు ఉదాహరణలను సంగకాలకవిత్వం నుంచి చూపుతాను -

నా ఇంటి స్తంభాన్ని ఆనుకొని నిలిచి
“నీ కొడుకు ఎక్కడ” అని అడుగుతున్నావు
వాడెక్కడ ఉన్నాడో నాకు తెలియదు.

అతనికి జన్మనిచ్చిన ఈ గర్భం ఒక కొండ గుహ
పులి కొంతకాలం ఇక్కడ నివసించి వెళిపోయింది
ఎక్కడో ఏదో యుద్ధభూమిలో అతను నీకు దొరుకుతాడు

(పురనానూరు-86)

ఆరు పంక్తుల మూల కవితకు ఆరు పంక్తులలో అనువాదం కుదిరింది. ఆ తల్లి ధీరత్వం అనువాదంలో అంతే చక్కగా పలికింది.

ఒక బల్లి బండి చక్రాన్ని అంటిపెట్టుకొని
ప్రయాణించినట్లుగా
నేను అతనితో కలసి ఎన్నెన్నో దూరాలు నడిచాను.
అతన్ని అతని నేలలో నిద్రపుచ్చటానికి
ఒక కుండను
తయారు చెయ్యి కుంభకారుడా!
దయచేసి ఇద్దరు పట్టేదిగా
దాన్ని పెద్దగా తయారు చెయ్యి.

(పురనానూరు-256)

ఒక్క వ్యర్థపదమూ లేదు ఇందులో. దేశం కాని దేశానికి వచ్చిందా అమ్మాయి. ఇంకెవరూ తోడున్నట్లు లేరు. బిగబట్టిన దుఃఖాన్ని సూచించేందుకు ఈ కొన్ని మాటలు చాలు.

బాబాగారు ప్రధానంగా ఆంగ్లానువాదాల మీద ఆధారపడ్డారు కాబట్టి ఈ అనువాదాలను అనువాదాలకు అనువాదాలని చెప్పాలి. అందువల్ల కొన్ని సందర్భాలలో మూలంలో ఉండే సూక్ష్మతలు జారిపోయాయేమో అని అనిపించింది.

అమరుశతకం అధ్యాయంలోని 12వ కవిత (మూలంలో 92వ శ్లోకం) ఇలాగ ఉన్నది -

మైదానాలు నదులు అడవులు కొండలకు అవతల
తన భార్య ఎక్కడో సుదూరంగా ఉన్నదన్న సంగతి తెలిసినా
ఆ బాటసారి కాలి మునివేళ్ళపై నించుని
ఆమె నివసిస్తున్న ఊరి దిక్కుగా
కన్నీరు నిండిన కనులతో
తదేకంగా చూస్తున్నాడు.

మూలంలో "ఉద్గ్రీవః" (మెడనెత్తినవాడు) "చరణాగ్రరుద్ధవసుధః" (కాలి మునివేళ్ళతో నేలను అదిమినవాడు) అనే విశేషణాలను వాడాడు కవి. "మెడ ఎత్తి" "మునివేళ్ళతో నేలను అదిమి" అని అర్థాలు ఆ మాటలకు. ఆ "మెడ ఎత్తడం" అనువాదంలో చేరివుంటే ఆ ఉద్విగ్నత మరింత బాగా పలికేదేమో. అంతే కాదు, తెలుగులో బాటసారి తదేకంగా చూసాడు. సంస్కృతంలో పథికుడేమో "సాస్రే దృశౌ ప్రోన్మృజ్య... ముహుర్వీక్షతే (కన్నీరు కారుతుండగా కళ్ళు తుడుచుకుంటూ మళ్ళీ - మళ్ళీ, మళ్ళీ - చూసాడు). అనువాదంలో ఆ సంగతి పడి ఉంటే బావుండేది.

అమరుశతకంలోని ఈ శ్లోకం బొమ్మ అయితే దానికి బొరుసులాంటి పదచిత్రం ఉన్న శ్లోకం ఇంకొకటి ఉన్నది - ఇంటి దగ్గర భర్త కోసం భార్య ఎదురుచూపులను కవిత్వీకరించినది (అమరుశతకం అధ్యాయంలో 8వ పద్యం). రాడు లెమ్మని నిరాశతో ఇంటివైపుగా ఒక అడుగు వేసిన ఆమె "ఏమో ఈ క్షణమే రావచ్చును కదా" అని తలతిప్పి చూస్తుంది. "అస్మిన్ క్షణే మా భూదాగతః అన్న సంస్కృతం మాటలను చాలా కరెక్టుగా పట్టుకున్నారు బాబాగారు. అయితే మూలంలో ఆ తలతిప్పి చూసిన చూపుకు "అమందవలితగ్రీవం" అనే విశేషణాన్నివాడారు కవి. చటుక్కున తల త్రిప్పి చూసిందట. ఆ ఝటితిస్ఫురణ తెలుగులో రాలేదు.

కురుంతొగై ఎనిమిదవ కవితను (సంగం కవిత్వం అధ్యాయంలో 39వ పద్యం) నందిని గార్గి గారి గొంతులో విన్నప్పుడు - https://nandinikarky.com/2021/01/20/kurunthogai-8-his-sons-mother/ - ఛందోబద్ధంగా అనువదిస్తే తప్ప ఆ లయా ఆ బిగువూ రావేమోనని అనిపించింది.

పంక్తిభోజనాలప్పుడు, రుచిచూడడంకోసం మొదట అన్ని పదార్థాలను కొద్దికొద్దిగా వడ్డిస్తూపోయిన విధాన బాబాగారు ఈ సంకలనంలో తనకు నచ్చిన ప్రాచీనకవిత్వాన్ని

కొద్దికొద్దిగా రుచిచూపిస్తూపోయారు. చదివేస్తూ చదివేస్తూ ఎవరికి వారమే నిర్ణయించుకుంటాము - ఈ ఫలానా కవిత్వం ఇంకెక్కడ దొరుకుతుందో వెదికిపట్టుకొని మరింత చదవాలని. ఆ చవి, ఆ ఆకలి మీకు కలిగితే ఈ పుస్తకం ప్రయోజనం నెరవేరినట్లే.

ఈ కవితా సంకలనపు చివరనున్న వివరణలల్లో బాబాగారిలోని కవిని కార్యకర్త డామినేట్ చేసాడు. తమిళంలోనో, ప్రాకృతంలోనో ఉన్న గొప్ప కవిత్వాన్ని చదువుకొని తన మాటల్లో చెప్పుకొని రసానుభూతిని పొందడంతో ఆగక ఒక కథనాన్ని (narrative) రూపొందించడం ఈ వివరణలలో ప్రధానంగా కనబడుతుంది. ఆ కథనం ప్రకారం -

1. ఈ కవిత్వమంతా నిమ్నవర్గాలవారి జీవితాలకు సంబంధించింది.

2. ఇదంతా జైనులూ, బౌద్ధులూ సృజించిన సాహిత్యం

3. బ్రాహ్మణులు ఈ సాహిత్యాన్ని ఉపేక్షించారు. ఇంకా చెప్పాలంటే - "తగలబెట్టి ఉంటారు"

4. ఈ సాహిత్యంలో తిరుగుబాటు ధోరణి ఉన్నది. ధిక్కారస్వరాలు వినిపిస్తాయి.

5. ఇందులో వర్ణితమైన కాలంలో, సమాజంలో పురుషాధిక్యత, వర్ణవివక్ష వంటి "సంస్కృత"వికారాలు ఉండవు.

ఇలాంటి కథనాలను నిర్మించేప్పుడు పాలూ-నీళ్ళను విడదీసి చదువుకోగల వీలు పాఠకులకందరికీ ఉండదని నా నమ్మకం.

ఒక బహుజమేధావిగా బాబాగారికి ఒక స్పష్టమైన దృక్కోణం ఉంటుంది. తదనుగుణమైన అభిప్రాయాలను వ్యక్తపరచడం ఒక అనివార్యత కూడా అయి ఉండవచ్చు.

కానీ కవిగా, అనువాదకుడిగా తాను పాఠకులకు అందించదలచుకున్న రసానుభూతికి ఈ సిద్ధాంతరాద్ధాంతాలు అడ్డుపడతాయని నేననుకుంటాను. ఒకోసారి కవి చూపునూ అడ్డుకుంటుంది ఇలాంటి ధోరణి. వజ్జాలగ్గం అధ్యాయంలోని ఈ తొమ్మిదవ కవితను చూడండి,

"ఓ హంసరాజమా!
స్వర్ణపద్మాలు, మంచిముత్యాలతో నిండిన
పవిత్ర మానససరోవరాన్ని విడిచిపెట్టి
ఊరికాలువలో వసిస్తున్నందుకు

సిగ్గుతో నీవింకా చచ్చిపోలేదేమి?
(వజ్జాలగ్గం-261)

ఈ పద్యం చదవగానే ప్రసిద్ధమైన "ఎవ్వడవీవు కాళ్ళుమొగమెఱ్ఱన" చాటువు గుర్తుకువస్తుంది. ఆ చాటువుకు "కస్త్వం లోహితలోచనాస్యచరణో..." అనే సంస్కృతచాటువు ఆధారం. దానికి ఎదురుజవాబు ఈ వజ్జాలగ్గపు పద్యం అని బాబా గారు అభిప్రాయపడ్డారు - "పై చాటువులో పారలౌకిక విషయాలు గొప్పవనీ ప్రాపంచిక విషయాలు అల్పమైనవనే వెటకారపు భావన ఉంది...మానససరోవరం, దేవతలు స్నానం చేయటం లాంటి అలౌకిక కాల్పనిక విషయాలను వదిలి ఇక్కడ ఉంటున్నందుకు "నీవింకా చచ్చిపోలేదేమి" అంటూ కత్తివాదర లాంటి వ్యంగ్యంతో ఖండించాడా ప్రాకృత జైన గాథాకారుడు." అని చెప్పేసారు.

బాబాగారి అన్వయం సరైనది కాదేమోనని నా అభిప్రాయం. ఆ సంస్కృతశ్లోకం "పారలౌకికత" సందర్భంలో చెప్పినది అయి ఉండకపోవచ్చు. ఉదాత్తతకు ఔన్నత్యానికీ హంసను, సామాన్యతకు/అల్పత్వానికి కొంగనూ ప్రతీకగా తీసుకొని కొన్ని విషయాల విలువ సామాన్యులకు తెలియనంత మాత్రాన వాటి విలువ తగ్గదు అని చెబుతున్నాడు సంస్కృతకవి. వజ్జాలగ్గపు కవి (జయవల్లభుడు) సైతం అదే మాటను ఇంకోలా చెబుతున్నాడు. "ఏది గొప్ప" అనే విషయంలో ఇద్దరు కవులదీ ఏకాభిప్రాయమే. వజ్జాలగ్గంలో ఈ పద్యం పొందుపరచబడ్డ హంసవజ్జా విభాగంలోని ఏడు పద్యాలను చూస్తే స్పష్టమయ్యేది అదే. ఇంతా చేసి, వజ్జాలగ్గము హైందవేతరమైన శుద్ధ జైన/ సెక్యులర్ కావ్యమేమీ కాదు. హిందూదేవతల ప్రస్తావన ఉన్న పద్యాలూ ఉన్నాయి.

సంస్కృతానికి దీటుగా లేదా ఒక మెట్టుకు ఎగువన ప్రాకృతాన్ని తమిళాన్ని నిలపడం ఒక తీరు. సంస్కృతంతో బాటు ప్రాకృతమూ, తమిళమూ నా ఆస్తి అని మురిసిపోగలగడము - అది వేరు. ఈ సంకలనపు పఠితలు బాబాగారు లేవనెత్తిన ప్రశ్నల గురించి నిజాయితీగా ఆలోచిస్తూనే మన ఉమ్మడి వారసత్వం పట్ల మమకారాన్ని, నిలుపుకుంటారని ఆశిస్తాను. తీపితో భోజనాన్ని ముగించడమే కదా మనకు పరిపాటి కదా...

రకరకాల ఒత్తిడుల మధ్య ఈ పుస్తకం చదవడానికి రెండు నెలల కన్నా ఎక్కువ సమయం పట్టింది నాకు. మొదటగా ఒప్పుకున్నది - తప్పొప్పులు కనిపెట్టి, ఏమైనా సలహాలుంటే ఇచ్చేందుకు. ఇలాంటి సమీక్ష ఒకటి వ్రాస్తానని అనుకోలేదు. వారాల పాటు Whatsapp ద్వారా సాగిన మా చర్చలో బాబాగారు చాలా ఓపికగా ఉన్నారు. విమర్శను సహృదయంతో స్వీకరించారు. నా ఆలస్యాన్ని భరించారు. తన వాదాలను

అనువాదాలను ఛాలెంజ్ చేసినప్పుడల్లా తన ఆధారాలను నాకు పంపించారు. ఒక అర్ధరాత్రివేళ నిద్రనాపుకుంటూ "ఎవ్వడవీవి కాళ్ళమొగమెత్తిన" పద్యానికి మూలమైన శ్లోకం కోసం వెదికాము ఇద్దరమూ. మహాసుభాషితసంగ్రహంలో తాను దాన్ని పట్టుకొని పంపినప్పుడు ఎంత సంబరపడ్డానో చెప్పలేను. ఆ ముచ్చట గురించి ఈ వ్యాసంలో వ్రాస్తానని చెబితే "కణతకి గురిపెట్టి (ఆ శ్లోకాన్ని) చూపిస్తే తప్ప (తనను) వదలలేదని రాయండి"అని సూచించారు. వారి హాస్యస్ఫూర్తికి స్నేహశీలతకు వందనం!

ఒక్కసారి వెనక్కి తిరిగి చూస్తే – ఈ కవిత్వాన్ని మనకు పరిచయం చేసేందుకు బాబాగారు పడ్డ శ్రమకు అనేక ఆంగ్లసంకలనకర్తలు ప్రేరణ, వారికి ఆధారం – శతాబ్దాల క్రితం తమిళప్రాకృతసంస్కృతసంకలనకర్తల పరిశ్రమ. మరెందరో అజ్ఞాతవ్యక్తుల పరిరక్షణప్రయత్నం. ఇందరు వ్యక్తులూ, ఇంత సాంకేతికతా వంతెనగా అమరగా ఇంత చక్కని కవిత్వం మనదాకా ప్రయాణించి వచ్చింది. ధన్యులము మనము.

– స్వస్తి –

ఉరుపుటూరి శ్రీనివాస్
బెంగుళూరు
schary.vuruputuri@gmail.com

మనవి మాటలు

గాథ అనగా ఉత్తమమై, ఉదాత్తమై, రసానుకూలమైన ఒక సంఘటన అని నిర్వచించారు గాథాసప్తశతిని తెలుగుచేసిన శ్రీ గట్టి లక్ష్మీ నరసింహ శాస్త్రి. ఈ పదాన్ని వివిధ ముక్తక కావ్యాలలోని పద్యాలకు కూడా వర్తింపచేయటం అక్షేపణీయం కాదని తలచి, ఈ పుస్తకంలోని వివిధ పద్యాలను గాథలుగా పేర్కొనటం జరిగింది.

చాన్నాళ్ళక్రితం సప్తశతిగాథలను చదివినపుడు వాటిలోని కవిత్వానికి ఆకర్షితుడనై కొన్ని గాథలను అంశాలవారిగా విభజిస్తూ అనువదించాను. ఆ తరువాత సప్తశతి గాథలలోని చారిత్రిక అంశాలను విశ్లేషిస్తూ కొన్ని వ్యాసాలు రాసాను. చరిత్ర పట్ల ఆసక్తి పెరుగుతున్న కొద్దీ ప్రాచీన సాహిత్యం కొత్తకొత్త కోణాలలో దర్శనమివ్వటం మొదలైంది, ముఖ్యంగా ప్రాకృత సాహిత్యం. గౌడవహో, వజ్జాలగ్గం, కువలయమాల, లీలావాయి, సేతుబంధ లాంటి వివిధ ప్రాకృత కావ్యాలలోని చారిత్రిక అంశాలను విశ్లేషిస్తూ వ్యాసాలు రాసాను. రెండువేల ఐదువందల సంవత్సరాల క్రితం రాసిన థేరీగాథలు, వాటి చారిత్రిక నేపథ్యం పట్టి కుదిపాయి. వాటిని అనువదించి 2022లో పుస్తకరూపంలో తెచ్చాను.

ఇదే క్రమంలో ప్రేమస్వరాలు పేరుతో తిరుక్కురల్ నుంచి కొన్ని, అమరశతకం నుంచి కొన్ని గాథలను అనువదించాను. ప్రాచీన సాహిత్యంలో ఋతువర్ణనలు పేరుతో వ్యాసపరంపర రాస్తున్న సమయంలో నాకు 'సంగం కవిత్వం' పరిచయం అయింది. స్వచ్ఛమైన మానవానుభవాలు అవి. ఆ గాథలలోని చరిత్ర, ఉద్వేగాలు గొప్ప ఊహాతీత లోకంలోకి తీసుకొని వెళతాయి. సంగం కవిత్వం ఈ పుస్తకపు మొదటి అధ్యాయం, నా సరికొత్త మోహం.

చివరి అధ్యాయం 'నానావిధ' పేరుతో వివిధ సందర్భాలలో చేసిన ప్రాచీన గాథల అనువాదాలు. వీటిలో కొన్ని పదహారవ శతాబ్దానికి చెందిన గాథలు కూడా ఉన్నాయి.

నిజానికి సప్తశతి, ఇతర కావ్యాలపై నేను రాసినవి వాటిలోని చరిత్రను విశ్లేషిస్తూ రాసిన వ్యాసాలు. కానీ ఈ పుస్తకంలో గాథలన్ని ఒకచోటికి చేర్చి, విశ్లేషణా అంశాలను పుస్తకం చివర నోట్సు రూపంలో ఇచ్చాను. కవిత్వాన్ని, వచనాన్ని వేరుచేయాలనే ఉద్దేశంతో.

❖❖❖

కవి తను జీవించిన కాలానికి ప్రతినిధి. ఈ ప్రాచీన కవులు తమ కాలాన్ని ఇలా నిక్షిప్తం చేసారు. శాసనాలలో దొరికే చరిత్రలో పేర్లు, తారీఖులు మాత్రమే ఉంటాయి. సాహిత్యంలో కనిపించే చరిత్రలో ప్రజలు రక్తమాంసాలతో సంచరించటం గమనించవచ్చు. ఈ గాథలలో ఎక్కువ భాగం శతాబ్దాల క్రితం జీవించిన సామాన్యుల జీవితాలను ప్రతిబింబిస్తాయి. వారి కష్టాలు సుఖాలు, ఆశలు నిరాశలు, సమాజం, సంస్కృతి, ఆచార వ్యవహారాలను తెలియచేస్తాయి. ఈ రచనలో కొంతమేరకు ఆనాటి subaltern జీవితాన్ని కూడా గుర్తించవచ్చు. సాధారణత్వమే ఈ గాథలకు అంతస్సూత్రం.

ఏ అనువాదము అంతిమం కాదని విశ్వసిస్తాను. ఈ అనువాదాలను మూల విధేయంగా ఉంటూనే భాషాంతరం చేయటంలో శక్తిమేరకు ప్రయత్నించానని అనుకొంటాను. సహృదయులు అర్థం చేసుకొంటారని ఆశిస్తాను.

ఈ పుస్తకరచనలో శ్రీ ఉరుపుటూరి శ్రీనివాస్ గారు చేసిన సూచనలు, సలహాలు ఎంతో విలువైనవి. ఈ పుస్తకంలోని ప్రతి అధ్యాయాన్ని సమీక్షించి చెప్పిన విలువైన అభిప్రాయాలు, సవరణలు ఈ రచనను మెరుగుపరిచాయి. వారికి నేను ఋణపడి ఉన్నాను. వారు ఈ పుస్తకానికి రాసిన చక్కని విశ్లేషణాత్మక ముందుమాటకు ఎంతో కృతజ్ఞుడను.

నాపై అవ్యాజమైన ప్రేమ కురిపించే శ్రీ శిఖామణి, శ్రీ గనారా, శ్రీ దాట్ల దేవదానం రాజు, శ్రీ మధునాపంతుల సత్యనారాయణమూర్తి, శ్రీ ప్రభు అద్దేపల్లి, శ్రీ అవధానుల మణిబాబు, శ్రీ ఎస్. కె. మోహనరావు ఇంకా నన్ను ప్రోత్సహించే మిత్రులందరకూ... ధన్యవాదములతో

భవదీయుడు

బొల్లోజు బాబా

సంగం సాహిత్యం[1]

(BCE 300-CE 300 మధ్య రచించబడిన తమిళ సాహిత్యం)

1

నాకు వయసు వచ్చినా
వార్ధక్యపు ఛాయలు కనిపించటం లేదని
అడిగావు కదూ! ఎందుకంటే
నా భార్య సుగుణవతి
నా బిడ్డలు వివేకవంతులు
నా సహచరులు నా మనసెరిగినవారు
రాజు రక్షకుడు, చేయకూడని పనులు చేయడు
అన్నిటినీ మించి, నా ఊరి ప్రజలు ఉత్తములు
ధర్మబద్ధులు, సమబుద్ధి కలిగినవారు

పిసిరాందయార్, పురనానూరు - 191

2

తెల్లని అందమైన చారలతో ఉన్న
ఒక చిన్నపాము
ఏనుగును నేలకూల్చింది,
మెరిసే పళ్ళతో
గాజులు ధరించిన చేతులతో
ఈ అందమైన యువతి కూడా
నన్ను అలాగే పడేసింది

శత్తినాథనార్, కురుంతొగై- 119

3

వానల్లేక నేల ఎడారిగా మారింది
కల్లికాయలు పగిలిన చప్పుడుకు
జంట పావురాలు ఎటో ఎగిరిపోయాయి.

అతను నన్ను విడిచి వెళ్ళిపోయాడు.
'సంపదకొరకు' అంట.
దారిలోని ప్రమాదాలంటే లెక్కలేదు.

ఈ లోకంలో
సంపదకు అందరి మద్దతు ఉంటుంది
ప్రేమ మాత్రం ఒంటరిగా నిలబడాలి

వెన్‌పూదియార, కురుంతొగై - 174

4

నా ఇంటి స్తంభాన్ని ఆనుకొని నిలిచి
"నీ కొడుకు ఎక్కడ" అని అడుగుతున్నావు
వాడెక్కడ ఉన్నాడో నాకు తెలియదు

అతనికి జన్మనిచ్చిన ఈ గర్భం ఒక కొండ గుహ
పులి కొంతకాలం ఇక్కడ నివసించి వెళిపోయింది
ఎక్కడో ఏదో యుద్ధభూమిలో అతను నీకు దొరుకుతాడు

కావర్‌పెండు, పురనానూరు - 86

5

మిత్రుడా!
రథాన్ని నెమ్మదిగా తోలు
కాసేపు కొరడాని పక్కన పెట్టు
లయబద్ధమైన గిట్టల శబ్దాలతో
దౌడు తీస్తున్న నీ గుర్రాల వేగం తగ్గించు

అటుచూడు
మెలికలు తిరిగిన కొమ్ముల మగజింక
వెదురు కాళ్ళ ఆడుజింకను చేరుతోంది
గుర్రం ధ్వనులు, రథం చప్పుళ్ళు అవి వింటే
ఎలా సంగమించుకోగలవు?

సీతలైసత్తనార్, అకనానూరు - 134

6

అతను తన చిన్నారి కుమారుని
కౌగిలించుకొన్నాడు
మృదువైన మాటలతో సంభాషించే
ఆ బిడ్డతల్లి
ఇద్దరినీ కౌగిలించుకొంది
ఎంతసంతోషమైన స్థితి అది
ఈ మొత్తం ప్రపంచంకూడా
వారిలా ఆశీర్వదించబడిలేదు.

పేయనార్, ఐంగురునూరు -409

7

సౌరచేప చేసిన గాయం తగ్గి
నాన్న వేటకు వెళ్ళాడు
ఉప్పు అమ్మి ఆ డబ్బులతో బియ్యం కొనేందుకు
అమ్మ ఉప్పు మడుల వద్దకు వెళ్ళింది
సుదూరంగా ఉన్న అతని వద్దకు వెళ్ళి
ఎవరైనా చెబితే బాగుణ్ణు
"ఇప్పుడు వస్తే
తనని సులువుగా కలవచ్చుని"

కల్లాడనర్, కురుంతొగై -269

8

కొడుకుని కనటం నా ధర్మం,
వాడిని ఉన్నతుడిగా పెంచటం వాని తండ్రి ధర్మం
ఆయుధాలు అందించటం లోహకారుని ధర్మం
మంచి మార్గంలో నడిపించటం రాజు ధర్మం
కత్తి చేతబూని యుద్ధరంగంలో
శత్రువుల ఏనుగుల కుంభస్థలాలను
చీల్చి ఇంటికి తిరిగి రావటం నా కొడుకు ధర్మం

పొన్ముడియార్, పురనానూరు - 312

9

చంద్రుడు నిండుగా ఉన్న ఇలాంటి ఒక రాత్రిపూట
మా తండ్రి మాతో ఉన్నారు.
మా కొండ మాదే.
ఈ రాత్రి పూట కూడా అదే నిండు చంద్రుడు
కానీ
గెలిచిన రాజులు యుద్ధ భేరీలతో
కదం తొక్కుతున్నారు.
మా కొండ వారిది
మేము తండ్రిలేని వారము.

(రాకుమార్తెలు చెప్పిన గాథ) పురనానూరు - *112*

(పరంబునాడులో 300 గ్రామాలను పాలించే చిన్న రాజు పేరు Pari. ఇతను గొప్ప దానగుణం కలిగిన ధర్మనిరతుడు. తమిళ సాహిత్యాన్ని పోషించిన చివరి ఏడుగురు రాజులలో ఇతను ఒకరు అంటారు. మిగిలిన వారు– Kari, Ori, Pekan, Ay, Nalli మరియు Athikan. చేర, చోళ, పాండ్య రాజులు కలిసి మోసపూరితంగా ఓడించగా Pari ఆత్మత్యాగం చేసుకొని మరణించాడు. ఇతని కూతుర్లైన Angavai and Sangavaiలు సంగం కవి కపిలర్ వద్ద సంరక్షణ పొందారు.)

10

అతను రోజూ వచ్చి నీకు
వసంతపు నీలి కలువపూల మాలను బహూకరిస్తాడు
జొన్నచేనుపై వాలే చిలుకలను పారతోలటంలో
పగలంతా సహాయపడతాడు
నీ ప్రేమ కోసం ఎంతో తపిస్తాడు
ఒంటరిగా బాధపడతాడు
తన ప్రేమను నీకు చెప్పటానికి
నీకు అర్థంచేయించటానికి
అతనికి ఎంత సిగ్గో

వాయిలిళంగన్ననార్, కురుంతొగై –346

11

తండ్రి పేరు పెట్టుకొన్న బిడ్డ
బాల్యపు మనోహరమైన సౌందర్యంతో
బోసినవ్వులు నవ్వుతూ
బొమ్మరథాన్ని లాగుతూ
బుడిబుడి నడకలతో నడిచి వస్తూన్నప్పుడు
భార్యపై ఉన్న ప్రేమకంటే గొప్పదేదో
అతని హృదయాన్ని పరవశింపచేస్తుంది

పేయనార్, ఐంగురునూరు - 403

12

అన్నం, నీరు
ఈ లోకానికి ప్రాణం కావు
రాజే ఈ లోకానికి ప్రాణం
కనుక
ఘనమైన సైన్యాన్ని కలిగిన రాజు
తానే తన ప్రజలకు ప్రాణమని
నిత్యం గుర్తుచేసుకొంటూ ఉండాలి

మోసి కీరనార్, పురనానూరు -186

13

పండించిన ధాన్యాన్ని
ఏనుగుకు ఆహారంగా ఇస్తే
కొద్దిపాటి భూమిలో పండిన పంట
చాలారోజులపాటు దాని పోషణకు సరిపోతుంది.

అలా కాక
ఆ ఏనుగు చేలో పడితే
తినే దానికన్నా పాడుచేసేదే ఎక్కువ ఉంటుంది.

అదే విధంగా
రాజు తెలివిగా
పద్ధతి ప్రకారం పన్నులు వసూలు చేస్తే
అతని ఖజానా నిండుతుంది,
రాజ్యం వృద్ధినొందుతుంది.
బలహీనమైన రాజు
తెలివితక్కువ అధికారులు
పన్నులకోసం ప్రజలను వేధిస్తే
రాజ్యం ఏనుగులు పాడుచేసిన చేను వలె అవుతుంది

పిసిరాందయార్, పురనానూరు –184

(పాండ్యరాజు Arivudainambi గురించి)

14

ఒక బల్లి బండి చక్రాన్ని అంటిపెట్టుకొని
ప్రయాణించినట్లుగా
నేను అతనితో కలసి
ఎన్నెన్నో దూరాలు నడిచాను.
అతన్ని అతని నేలలో నిద్రపుచ్చటానికి
ఒక కుండను
తయారు చెయ్యి కుంభకారుడా!
దయచేసి. ఇద్దరు పట్టేదిగా దాన్ని
పెద్దగా తయారు చెయ్యి,

అనామక కవి, పురనానూరు – 256

(మట్టికుండలో ఖననం చేసే పద్ధతిని; మరణించిన తన జీవన సహచరునితో పాటు తానుకూడ మరణించాలనుకోవటాన్ని ఈ గాథ వ్యక్తీకరిస్తుంది)

15

ఆ వృద్ధురాలి కడుపు
తామరాకులా ముడుతలు పడిఉంది
ఆమె దుర్బల భుజాలపై నరాలు పైకితేలాయి.
ఆమె కొడుకు యుద్ధంలో ఓడిపోయి పారిపోయాడని
చాలామంది చెప్పిన మాటలు విని
'అదే నిజమైతే అతనికి పాలు ఇచ్చిన ఈ రొమ్ములను
నేనే కోసివేసుకొంటాను' అని కోపంతో
కత్తి తీసుకొని యుద్ధరంగానికి బయలుదేరింది

అక్కడ ఛిద్రమైన కొడుకు మృతదేహాన్ని చూసి
అతనికి జన్మనిచ్చిన రోజు కంటే
ఎక్కువ సంతోషించింది

నచ్చెళ్ళయార్, పురనానూరు – 278

16

అతనన్నాడు
“బంగారు చెవిపోగులున్న అమ్మాయీ
అరణ్యాలు దాటటం చాలా కష్టం.
అక్కడ వేడిమి భరించలేనిదిగా ఉంటుంది
గున్నలు మురికి చేసిన నీటిని
ఆడఏనుగును తాగనిచ్చి
తను తాగుతుంది మగ ఏనుగు.

ఎండిన ఆకులతో చెట్లు మాడిపోతాయి
మగపావురం తన రెక్కను చాచి ఆడపావురానికి
ఎండతగలకుండా చూస్తుంది

వెదురు కొమ్మలు బండలపై రాసుకొని మంటలు పుడతాయి
లేళ్ల జంటలో మగలేడి
తన నీడ ఆడలేడిపై పడేలా చేసి
దాని వేసవి తాపాన్ని తగ్గిస్తుంది.
అరణ్యాలు దాటటం చాలా కష్టం
అరణ్యాలు దాటడం చాలా కష్టం”

పెరుంగడుంగో, కలిత్తొగై - 11

(తనపై ఎంతో ప్రేమ కలిగిన భర్త, ధనం సంపాదించటానికి వెళ్ళాడని, ఎన్నికష్టాలెదురైనా తిరిగి వస్తాడని, ఆ డబ్బుతో సంతోషంగా బతకుతాం అనే విశ్వాసాన్ని ప్రకటిస్తూ, వెళ్ళకముందు అతనన్న మాటలను ఇలా చెబుతుందొక ఇల్లాలు. సంగం కవిత్వం తాలూకు అద్వితీయత బయటి ప్రాకృతిక భూమికని లోపలి మానసిక అవస్థకి ప్రతిఫలనంగా చిత్రించటంలో ఉందని చెబుతారు. అది ఈ గాథలో గొప్పగా ఒదిగిపోవటం గమనించవచ్చు.)

17

ఎర్రని ముక్కుతో జొన్న కంకులు తింటూన్న
రామచిలుకా!
నన్నుచూసి ఏమీ భయపడకు
నీకు కావలసినన్ని తిను.
నాకొక కోర్కె ఉంది అదిమాత్రం తీర్చిపెట్టు.
పనసపండ్ల తోటలు కలిగిన
ఆ కొండను పాలించే రాజుతో
ఈ కొండ అధిపతి చిన్న కూతురు
జొన్న పొలాలకు కాపలా కాస్తుందని చెబుతావా!

చెంపియనార్, నట్రినై- 102

18

అడవినాభి పూల రేకల వంటి మెత్తని వేళ్ళతో
ఆమె గడ్డ పెరుగును చిదిమి
తడివేళ్ళను దుస్తులకి తుడుచుకొంది.
తీపి చింతపండురసం కలిపి వంట పూర్తిచేసింది
ఆమె నీలికలువల వంటి కాటుక కళ్ళను
పొయ్యి పొగ కమ్మేసింది.
ఆమె భర్త ఆ వంటకం రుచి చూసి
'చాలా బాగుంది' అన్నాడు

విశాలమైన నుదురు కలిగిన ఆమె మొఖం
ఆనందంతో వెలిగిపోయింది.

కూడలూర్ కిళార్, కురుంతొగై - 167

19

కొండవాలులో మేస్తున్న పొట్టికొమ్ముల ఆవు
అడివినాభి పూలకొమ్మను కదిపినప్పుడు
ఎర్రని పరాగం చిమ్మి మూతికి అంటుకొంది
తల్లి ఎర్రమూతిని చూసి దాని దూడ దగ్గరకు
రావటానికి భయపడుతోంది.
ఆ కొండలపై నివసించే ఒక యువకుడు
ఒక యువతికి అందమైన పూలతో, ఆకులతో
చేసిన చీరను బహూకరించాడు.
ఆమె దానిని ధరిస్తే తల్లికి సమాధానం చెప్పాలి
ధరించకపోతే ఆ యువకుడు బెంగటిల్లుతాడు

కొండగొర్రెలు కూడా ఎక్కలేని ఎత్తులలో
దేవతలు నివసించే తావులలో మాత్రమే పూసే
పూలతో తయారు చేసిన చీర
అలా వాడిపోవలసిందేనా?

కపిలర్, నట్రిణై- 359

20

మా వంశంలో
ఇంకా తయారు కాని లేదా
చనిపోయిన శిశువు జన్మించినపుడు
మా పూర్వీకులు
ఆ మాంసపు ముద్దను కత్తితో ఖండించి
వీరమరణం ప్రసాదించేవారు.

అటువంటి వారు
గొలుసు చివర కుక్కలా కట్టబడిన దుర్బలుడికి
ఆకలికి గుక్కెడు నీళ్ళను
శత్రువులను యాచించేవాడికి
జన్మనిస్తారా?
ఇవ్వరు.

కణైక్కాల్ ఇరుంబొరై, పురనానూరు - 74

(ఆత్మత్యాగం చేసుకొనే ముందు, బంధీగా చిక్కిన ఒక రాజు చివరి మాటలు)

21

ప్రమాదంలో ఉన్న పావురాన్ని
రక్షించటానికి తన మాంసాన్ని ఇచ్చిన,
ఎందరినో ఆదరించిన
రాజవంశం నుండి వచ్చారు మీరు.

ఈ పిల్లలు కూడా
తమసంపదలను అందరితో పంచుకొన్న,
జ్ఞానులకు చల్లని నీడనిచ్చిన
రాజ వంశం నుంచి వచ్చారు

ఈ పిల్లలను చూడండి
వారి తలలు ఇంకా మెత్తగానే ఉన్నాయి
ఏనుగులను చూసి భయపడాలని కూడా తెలియదు
చుట్టూ ఉన్న కొత్త జనసమూహాన్ని
ఆశ్చర్యంగా చూస్తున్నారు

నేను చెప్పదలచుకొన్నది చెప్పాను
మీరు చేయగలిగింది చేయండి

పురనానూరు - *46*

(శత్రురాజుల పిల్లలను కూడలిలో ఏనుగులతో తొక్కించమని ఆదేశాలు ఇచ్చిన కిళి వలవన్ అనే రాజును ఉద్దేశించి కొవుర్ కిళర్ అనే కవి పలికిన హితబోధ)

22

శత్రువులారా!
యుద్ధరంగంలో
ఎదుర్కోబోతున్న మానాయకుడితో
జాగ్రత్తగా ఉండండి.
రోజుకి ఎనిమిది రథాలు నిర్మించే
ఒక రథకారుడు
నెల్లాళ్ళు కష్టపడి చేసిన
రథచక్రం వంటి వాడు అతను

అవ్వయార్, పురనానూరు -87

23

చాలా సంపాదించి
ఎంతోమందికి పంచి
గొప్ప గొప్ప ఆస్తులకు యజమాని అయినప్పటికి
పిల్లలు లేకపోతే
– చిన్న పాదాలతో తడబడుతూ తమవైపే నడిచే
– చిట్టి చేతులు చాచి చేతిలోది లాక్కొని ఒంపేస్తూ,
– వేళ్ళతో పట్టుకొని, నోటితో చప్పరించే
– అన్నం, నెయ్యి లను ఒళ్లంతా పూసుకొని
– తర్కాన్ని ప్రేమతో జయించే
పిల్లలు లేకపోతే
జీవితం శూన్యం

అరివుడై నంబి, పురనానూరు -188

24

గట్టిగా అరవలేను
ఇది పులులు తిరిగే చోటు
నిన్ను ఎత్తుకోలేను
నువ్వు బరువైన మనిషివి
మృత్యువు నీకు అన్యాయం చేసింది
అది నాలాగే తునియలౌతుంది.
గాజులు కలిగిన నా ఈ ముంజేయి పట్టుకొని
కొద్దిగా లేచి నడవటానికి ప్రయత్నించు
ఆ కొండనీడకు చేరుకొందాం

వన్పరనర్, పురనానూరు - 255

(గాయపడి మరణిస్తున్న యోధునితో అతని స్త్రీ)

25

నా ప్రియురాలు
సముద్ర తీరంపై
పీతలను వెంటాడుతూన్నపుడు
శంఖంతో చేసిన ఆమె చేతిగాజులు
కదలాడి గలగలలాడతాయి.
నన్ను చూడగానే
సిగ్గుతో తలదించుకొని
మొఖాన్ని దాచుకొంటుంది కానీ
రాత్రిపూట నా ఆనందం కొరకు
ఆమె తన రొమ్ముల్ని నాకు అప్పచెబుతుంది

అమ్మువనార్, ఐంగురునూరు - 192-197

26

సూర్యుడు అస్తమించాడు
ఆ శబ్దాలను
జాగ్రత్తగా విను

నీ ప్రియురాలితో కలిసి
ఇక ముందుకు వెళ్లవద్దు
ఆమె చాలా అందంగా పుష్టిగా ఉంది

అడవి బందిపోట్లు
పొడవైన బల్లేలు ధరించి
వ్యాపారుల గుంపును దోచుకోవటానికి
డప్పుల శబ్దాలతో
ఒకరినొకరు సమీకరించుకొంటున్నారు

వినిపిస్తున్నాయా
ఆగాగి వస్తున్న ఆ ధ్వనులు

ముదుకొత్తనార్, కురుంతొగై -390

(అమ్మాయిని లేవదీసుకొని పోతున్న అబ్బాయితో ఒక బాటసారి అన్న మాటలు)

27

మెడలో పూలదండ
భుజాన బరువైన విల్లు
చేతిలో బాణంతో ఆ యువకుడు
ఏపుగా పండిన జొన్నచేను గట్టుపై నిలుచుని
"బాణం గుచ్చుకొన్న ఏనుగు ఎటువైపు వెళ్ళింది"
అని అడిగాడు

అతనిని అలా చూసిన వారిలో
ఎవరిలోనూ కలగనిది
నాకే ఎందుకిలా జరుగుతోంది
నిద్రరాదు
తెలియని దుఃఖం
చేతులు చిక్కిపోయాయి

కపిలర్, అకనానూరు - 82

28

తిండిలేక నా బిడ్డ బక్కచిక్కి
గుర్రం తోకలా తేలికగా అయిపోయాడు
ఎండిపోయిన వాళ్ళ అమ్మ రొమ్మును
చీకుతాడు పదే పదే
గంజి అన్నం కోసం
ఖాళీ గిన్నెల్ని వెతికి వెతికి
ఏడుస్తాడు ఏమీ దొరక్క
వాళ్ళ అమ్మ వాడిని మళ్ళించటానికి
పులివస్తుందని చెబుతుంది
చందమామను చూపుతుంది
నాన్నపై కోపం నటించమంటుంది

రాత్రింబగళ్ళు ఆమెకు ఎంత దుఃఖం!

ప్రభూ!
మాకు వెంటనే సంపదలను అనుగ్రహించండి
ఆమె సౌఖ్యాలు పొందాలి
అప్పుడు మేము మీ కీర్తిని
ఈ నేల దశదిశలా వ్యాపించేలా
గానం చేస్తాం

పెరుంచితిరనార్, పురనానూరు - 160

(సంచార భిక్షుక గాయకుడు దుర్భర ఆకలితో ఉన్న తమను ఆదరించమని పోషకుడు కుమనన్ ను వేడికొంటున్నాడు)

29

అతని ఛాతీని చీల్చిన బళ్ళెం
అతని ఆశ్రయం పొందిన
ఎందరో గొప్ప గొప్ప గాయకుల
గొంతుకలను ఒక్కసారిగా చీల్చేసింది
మంచి పదాల కొరకు వెతుకులాడిన
ఎందరో సత్కవుల నాల్కలను చీల్చేసింది

ఎక్కడున్నావయ్యా!
తండ్రీ!
రాజా!
పోషించే వారు లేక
గాయకులు శుష్కించిపోయారు

ఇకపై
చల్లని ఏటిఒడ్డున
వికసించే తెగడ పువ్వులు
ఎవరూ తాకకుండా,
ఎవరూ ధరించకుండా వాడిపోతాయి

పురనానూరు -235

(నెడుమాన్ అంజి రాజు మరణం పట్ల అవ్వైయార్)

30

ఎన్నో పర్వతాలను, ఎన్నో భాషలను
ఎన్నో ఎండిపోయిన వేసవి దారులను
దాటుకొని ముందుకు సాగాను.
ఒకనాడు
గున్నంగి చెట్టు కొమ్మపై చెదిరిన ఈకలతో
ఉలిముక్కు కల ఒంటరి ఆడగెద్దను చూసినప్పటినుంచీ
నా ప్రియురాలు
పదే పదే గుర్తుకు వస్తూన్నది
ఆమె సుగుణాలు, మెరిసే ఆమె చేతి గాజులను
ఎన్నటికీ మరచిపోలేను

ఓతలాంతైయార్, ఐంగురునూరు - 321

31

అతను
నన్ను పెండ్లాడినట్లు సాక్ష్యం తెమ్మంటే
ఎక్కడినించితేను?
అతనే సాక్షి.
ఆ... గుర్తొచ్చింది
కందిజువ్వల్లాంటి సన్నని పొడవైన ఆకుపచ్చని కాళ్ళతో
ఏటిఒడ్డున నిలుచున్న కొంగ ఒకటి
ఆ సమయంలో
మమ్మల్నే తదేకంగా చూసింది.

కపిలర్, కురుంతొగై - 25

32

నన్ను లోకులు నిందిస్తారు కానీ
వారికేంతెలుసు?

తాబేలు పిల్ల గుడ్డునించి బయటకు రాగానే
తల్లిని చూస్తూ శక్తిని పొందినట్లుగా
నేనూ నా ప్రియుని చూస్తూ
జీవనేచ్ఛను పొందుతాను
అతను నాకు దూరమైన మరుక్షణం
నేనొక కూర్మదృష్టి లేని కూనలా
కృశించి నశించిపోతాను

కిళ్ళిమంగళం, కురుంతొగై - 152

(తల్లి తాబేలు దృష్టిచే పిల్లలు పోషింపబడతాయి అనే భావనను కూర్మదృష్టి అంటారు)

33

పిట్టలను చెదరకొట్టే బూరతో
ఆ కాపువనిత చేస్తున్న శబ్దాలు
అరుస్తూన్న ఆమె స్వరం
జొన్నచేనును పాడుచేయటానికి వచ్చిన
చిలుకలదండుకు
ఎంతో లయబద్ధంగా తీయగా అనిపించటంతో
అవి ఎగిరిపోక అక్కడే తచ్చాడుతున్నాయి.

దానికి కలతచెంది ఆమె కన్నీళ్ళు పెట్టుకోగా
ఆ కళ్ళు నీలి కలువలను తలపిస్తున్నాయి.

కపిలర్, కురుంతొగై - 291

34

అందమైన రెక్కలతో
ఎగురుతూ
రకరకాల పూల తేనెను ఆనందించే
సీతాకోకచిలుకా
నిజం చెప్పు!
చక్కని పలువరస
నెమలిసోయగం
నాపై గాఢమైన ప్రేమ కలిగిన
నా ప్రియురాలి
జుట్టుకన్నా గొప్ప సువాసనలు చిందే
పూలను నీవు ఎక్కడైనా చూసావా?

ఇరయనార్, కురుంతొగై -2

(ఆమె వింటుండగా సీతాకోకచిలుకతో అతను పలికిన పలుకులు)

35

నీలకురింజి పూవుల నుండి
కావలిసినంత తేనెను పొందే తేనెటీగలు తిరిగే
కొండల నుండి వచ్చిన అతనిపై
నా ప్రేమ
భూమికన్నా విశాలమైనది
ఆకాశం కన్నా అనంతమైనది
సముద్రాల కన్నా లోతైనది

దేవకులత్తార్, కురుంతొగై -3

(స్నేహితురాలితో ఆమె పలుకులు)

36

పొడవైన చెట్టు చిటారుకొమ్మపై
పెద్ద తేనెపట్టు వేలాడుతోంది
కాశీరత్నం తీవెలు గాలికి ఊగుతున్నాయి
ఆ చెట్టుకింద ఒక అవిటివ్యక్తి చతికిలబడి
ఆ తేనెపట్టును చూస్తూ
దోసిలిపట్టి తాగినట్లు ఊహించుకొని
చేతివేళ్లను నాక్కొంటున్నాడు.

నేనుకూడా అలాంటి అవిటివ్యక్తినే
నా ప్రియుని హృదయాన్ని గెలవలేకపోయినా
అతన్ని చూస్తూ నా హృదయాన్ని
ఆనందంతో నింపుకొంటున్నాను

పరనర్, కురుంతొగై - 60

(ఆమె మాటలు స్నేహితురాలితో)

37

నీ ప్రయాణం
ఎత్తైన రేవడి చెట్లమధ్య,
ఉప్పువ్యాపారుల గుంపులు తిరిగే
ఒంకరటింకర దారులపై,
భయంకరమైన కీకారణ్యాలు,
పాడుపడిన ఊర్లమీదుగా
ఎంతో కష్టంగా ఉంటుందంటావు
సరే అయితే!
ఇంటివద్ద ఒంటరిగా ఉండటం
ఆమెకు సుఖమా ఏమిటి?

పెరుంకడుంగో, కురుంతొగై - 124

(ఆమె చెలికత్తె దూరదేశం వెళుతున్న ఆమె మగనితో అన్నమాటలు)

38

నా ఆడతనపు సిగ్గు
చాలాకాలం నాతోనే ఉంది
నన్ను భరించింది

నా ప్రియుని మోహావేశానికి
అది ఇక తాళలేకపోయింది
తెల్లనిపూలతో చెరుకు పండే ఇసుకఒడ్డు
వరదనీటికి
పెల్లపెల్లలుగా కుప్పకూలి పోయినట్లు
నా సిగ్గు నన్ను విడిచిపోయింది

వెళ్ళివీదియర్, కురుంతొగై - 149

(ఈమాటలు విన్న చెలికత్తె, ఇక మీరు ఎక్కడికైనా లేచిపొండి అని సలహా ఇచ్చింది)

39

ఒడ్డున రాలిపడిన మామిడిపండును
నీటిలోకి లాక్కుపోయే కొఱ్ఱమీనులు ఉండే
ఊరినుంచి వచ్చిన ఇతగాడు
నా ఊరి గురించి మాట్లాడుతున్నాడు

నాకు ఇచ్చిన మాటలన్నీ గాలికి విడిచిపెట్టి
ఇప్పుడు తన కొడుకుతల్లి వద్దకు చేరాడు
తోలు బొమ్మలా మారి
ఆమె ఆడించినట్లు ఆడుతున్నాడు

కురుంతొగై - 8

(ఉంచుకున్న స్త్రీ ఆ మగని భార్య తరపు బంధువుల వద్ద అన్న మాటలు)

40

ఈటె మొనతో
నుదిటిపైన చెమటను తుడుచుకొంటూ
రాజు పరుషమైన మాటలు పలికాడు
అమ్మాయి తండ్రి కూడా తగ్గలేదు
గర్వంగా నడుచుకొంటూ వెళిపోయాడు.

ఇదే వారి వైఖరి అయితే
చెట్టులో పుట్టి చెట్టునే కాల్చిన నిప్పులా
ఆ అమ్మాయి
తను పుట్టిన ఊరికి వినాశనం తేవటం
ఖాయంలా ఉంది

మదురై మరుతన్, పురనానూరు - 349

41

ఓ రాజా!
మాకు మీరు
స్నానపు రేవులో ఊరిపిల్లలు పైకెక్కి
దంతాలను రుద్దినా
సౌమ్యంగా ఉండే బలమైన ఏనుగు.
శత్రువులకు మాత్రం
దరిచేర సాహసించలేని
భీకరమైన మత్తగజం

పురనానూరు - 94

(నెడుమాన అంజి రాజు గురించి అవ్వైయార్)

42

ఆ సన్యాసిని చూడు
కొండవాగులో స్నానం చేసి
అడవిఏనుగు సమకూర్చిన
కట్టెలతో వేసిన మంట వేడిలో
తడిచిన పొడవైన జడలుకట్టిన జుట్టును
ఆరబెట్టుకొంటున్నాడు.

అతనే
చిత్రాలలో గీసినట్లుండే
పెద్ద పెద్ద భవంతుల్లో
నివసించే అందమైన యువతుల
చేతి గాజులను జారిపోయేలా చేసిన
ఒకనాటి యువకుడు కూడా.

అనామక కవి, పురనానూరు - 251

43

బాధగా ఉంది
నా హృదయానికి కష్టంగా ఉంది

చిన్నచిన్న ఆకులతో
ఎడారినేలలో పెరిగే పల్లేరు మొక్క
తియ్యని పసుపుపచ్చని పూలు చివరకు
కఠినమైన ముళ్ళుగా మిగులుతాయి
అలాగే
ఒకనాటి నా తీయని చెలికాడు
జాలిలేని నిర్దయుడిగా మారిపోయాడు
నా మనసుకు దుఃఖంగా ఉంది

నమ్మాళ్ళయార్, కురుంతొగై - 202

(చెడుతిరుగుళ్ళు తిరుగుతున్న భర్తగురించి భార్య, స్నేహితురాలితో చెప్పుకొన్న మాటలు)

44

జాలరులు
సముద్రలోతులలో చిక్కిన చేపలను
ఉప్పుటేర్లనుండి పట్టుకొన్న రొయ్యలను
వెన్నెలలా మెరిసే ఇసుక మీద ఎండబెడతారు.

గాలినిండా చేపల వాసననిండిన
ఆ సముద్రతీరంపై నివసించే నా ప్రియుడితో
నేను ఒక్కరోజు కూడా సంతోషంగా గడపలేదు
అయినప్పటికీ
బంగారు పూలగుత్తులతో పూచిన పొన్నచెట్లు
వాటిచుట్టూ తిరిగే తుమ్మెదలతో నిండిన
ఈ పాడు ఊరు
మాపై ఎన్నెన్ని పుకార్లు పుట్టించింది!

తుంబిసేర్, కురుంతొగై - 320

(అతడు వింటుండగా ఆమె తన స్నేహితురాలితో అన్న మాటలు)

45

వివాహాలు ముందుగా రాసిపెట్టి ఉంటాయి
వరుడి యోగ్యతను నిర్ణయించటానికి
మనం ఎవరం?
సోదెగత్తె మాటలకు తృప్తిచెందని
నీ కూతురు
బరువెక్కిన హృదయంతో
కనుల నీరు నించుకొని
వసంతకాల నీలికలువను
రెప్పవేయక తదేకంగా చూస్తోంది
ఆమె ఎంపిక తప్పుకాదు

పేరిసాత్తనార్, కురుంతొగై - 366

(అమ్మాయి తల్లితో స్నేహితురాలు చెప్పినమాటలు)

46

ఏ మచ్చలూ లేని రెక్కలున్న కాకి పిల్లా!
నీకు, నీ మిత్రులకు బంగారు పళ్ళెంలో
తాజా కొవ్వు మాంసంతో
మంచి విందు చేస్తాను
నువ్వు మా ఇంటిపై కూర్చుని
బంధువులు వస్తారని సూచిస్తూ
'కావ్ కావ్' మని అరవవా!

ఓటమి ఎరుగని ఈటె కలిగిన యోధునితో
లేచిపోయింది నా అందమైన కూతురు
నీ అరుపులకు
వాళ్ళు ఇంటికి తిరిగి వస్తారేమో.

ఓత్తలందయార్, ఐంగురునూరు - 391

47

ఓ యువకుడా!
మీ ఊరిలో
రైతులు పంటకోసిన తరువాత
చేనుకి నీరుపెట్టి, దుక్కిదున్ని
రెండోపంట విత్తనాలు జల్లి
ఆ విత్తనాలబుట్టలలో చేపలు నింపుకొని
ఇంటికి తిరిగి వస్తారు.

నా మాటలు విను!
పేరుతెచ్చుకోవటం
వేగవంతమైన రథాలు పొందటం
సంపద కాదు
అవి మనం చేసిన పనులకు దక్కే ఫలితాలు

మునులు
సన్నిహితుల బాధ, దుఃఖానికి
స్పందించగలగటమే
నిజమైన సంపద అంటారు

నల్వేట్టనార్, నట్రినై- 210

(తప్పుగా నడుస్తున్న భర్తతో, అతని భార్య స్నేహితురాలు చెప్పిన మాటలు)

48

బలిష్ఠంగా ఉన్న అడవిపందుల జంట
జొన్నచేలో పడి మేయటం
ఒక వేటగాడు చూసాడు
బండలవెనుక దాక్కొని మెరుపుదాడిచేసి
బాణాలతో ఆడ పందిని చంపాడు
ఆ రాత్రి
ఆ వేటగాని భార్య గూడెంలో
పందిమాంసాన్ని అందరికీ పంచిపెట్టింది

పర్వతాలపై సంచరించే
నీకు భయం లేకపోవచ్చు
కానీ, అక్కడ అడవిలో
తెల్లని కోరలు కలిగిన పోతుపంది
జరిగిన మోసానికి పగతో రగిలిపోతుంది
పులితో పోరాడటానికైనా సిద్ధపడి ఉంది
నీకేమైనా జరుగుతుందేమోనని
భయంగా ఉంది నాకు.

కపిలర్, నట్రినై- 336

(ప్రియుని రక్షణ కొరకు ఆందోళన చెందే ప్రియురాలి మాటలు)

49

నేను జొన్నచేలో చిలుకలు తరిమేదానిని
నువ్వు నా కొరకు
ఊగేందుకు వేగిస చెట్టుకు ఊయల కట్టావు
తాజాగా నేసిన బట్టలు తెచ్చావు
చాలాసార్లు మనం కలుసుకొన్నాం
జలపాతాలలో ఆడుకొన్నాం
ఎన్నో సంతోషాలు పంచుకొన్నాం
వాటికన్నా మధురమైనవి నాకు మరేవీ లేవు

మా అమ్మకు అనుమానం వచ్చినట్లుంది
నా కురులవింతైన పరిమళం ఆమె గుర్తించిందా?
నిన్ను కలవాలనే ఆత్రుత నా మొఖంలో గమనించిందా?
ఏమీ చెప్పదు
అప్పుడప్పుడూ నిట్టూరుస్తుంది
నన్ను ఇంట్లో ఉంచటానికి సాకులు వెతుకుతుంది
మనం ఇక
ఇదివరకట్లా కలుసుకోవటం కుదరకపోవచ్చు.

కపిలర్, నన్రిణై - 368

(ఇక ప్రేమ ముగించి పెళ్ళిప్రయత్నం చేయమని ప్రియునితో చెబుతున్న ప్రియురాలు)

50

నిన్న ఒక చిత్రం జరిగింది చెప్తాను విను:
అమ్మా నేను ఇంట్లో ఉన్నాం
ఒక బాటసారి తలుపు తట్టి
నీళ్ళు కావాలని అడిగాడు
"మన బంగారుపాత్రలో నీరు నింపి అతనికి ఇవ్వు"
అంది అమ్మ
నేను వెళ్ళి నీళ్ళు ఇచ్చాను
అతను ఒక్కసారిగా నా చేయిపట్టుకొన్నాడు
నేను కంగారు పడి "అమ్మా! ఇతనేం చేస్తున్నాడో చూడు" అన్నాను
అప్పుడు అతన్ని తేరిపార చూసాను
ఆ యువకుడు ఎవరో కాదు–
మన చిన్నప్పటి ఆకతాయి స్నేహితుడు
మన ఇసుకకోటలు కూల్చేవాడు
జడలో పూలదండలు తెంపేవాడు
మన ఆటవస్తువులు ఎత్తుకుపోయేవాడు
నా అరుపుకి "ఏమైంది" అంటూ పరుగున వచ్చింది అమ్మ
అబద్ధం చెప్పాను
"నీళ్ళు తాగుతుంటే ఎక్కిళ్ళు వచ్చాయి ఇతనికి" అన్నాను
మా అమ్మ అతని వీపుపై తట్టి "నెమ్మదిగా తాగాలి" అంది.
ఆ అందగాడు క్రీగంట నన్ను చూస్తూ
కన్నుకొట్టి కొంటెగా నవ్వాడు

కపిలర్, కలిత్తొగై – 51

(ఒక అమ్మాయి తన స్నేహితురాలితో చెప్పిన మాటలు)

51

నెడుంచెళియన్ తన నగరం పొలిమేరలో
చన్నీటి స్నానం చేసి
వేపచిగురు మాలను ధరించి
ఏనుగులా నడుస్తూ యుద్ధరంగాన్ని చేరుకున్నాడు
అతని రాకను దుందుభిలు తెలియపరుస్తున్నాయి
శత్రువులు చాలామంది ఉన్నారు
వారిలో
కొంతమంది బతకవచ్చు
పగటి సమయం తక్కువగా ఉంది కదా!

ఇడైకుండ్రార్ కిళర్, పురనానూరు -79

(పాండ్యరాజు నెడుంచెళియన్ గురించి)

52

గాయకులు
తారస్థాయిలో పాడిన 'పాదుమలై" రాగం
ఆకాశాన్ని తాకి గాలివానై నేలకు చేరుతుంది.
ఆ వానలో తడిచిన మల్లెలు
నా ప్రియురాలి కురులని పరిమళింపచేస్తుండగా
ఆమె ఒడిలో గడిపిన క్షణాలే
నాకు బతికిన క్షణాలు

మిగిలిన రోజులన్నీ
ఉత్త వృథా

పతడి వైకలర్, కురుంతొగై - 323

53

పండ్లకోసం చెట్టుచెట్టూ తిరిగే పిట్టల్లా
పోషించే వదాన్యుల కొరకు
మేము ఊరూరా సంచరిస్తాం
బీడు భూముల్ని ఒక్క అంగలో దాటేస్తాం
మా ప్రతిభకొద్దీ గానం చేసి
ఇచ్చినవాటికి సంతోష పడతాం
కుటుంబాలను పోషించుకొంటాం
రేపటికొరకు ఆలోచించం
మిగిలితే ఇతరులతో పంచుకొంటాం

ఇలాంటి జీవితం ఎవరికైనా హానికలిగిస్తుందా?

భూమి, సంపదలు, యశస్సు కొరకు
మీరు ఎలాగైతే పాటుపడతారో
మేము కూడా పరువు, మర్యాదల కొరకే జీవిస్తాం
సంగీతపోటీలలో మా ప్రత్యర్థులను ఓడించి
గర్వంగా తలెత్తుకొని తిరగటం
మాకు మహా సంతోషం

కోవూర్ కిళర్, పురనానూరు - 47

(Ilanthathan అనే కవిగాయకుడిని గూఢచారి అనే అనుమానంతో Chozhan Nadunkilli అనే రాజు మరణదండన విధించినపుడు, మరో కవిగాయకుడు పలికిన మాటలు)

54

నగారాలు మూగబోయాయి
వీణలు సంగీతాన్ని మరచిపోయాయి
వెన్నచిలికేవారు లేక
పెద్ద పెద్ద పాల కుండలు బోర్లించి ఉన్నాయి
తేనెటీగలు వాలే తీయని మద్యాన్ని తాగే వారు లేరు
రైతులు మౌనంగా ఉన్నారు
గ్రామవీథులకు పండుగ శోభ లేదు.

వీపుకు గాయమైన రాజు
అవమాన భారంతో
కత్తిచేతబూని ఉత్తరదిక్కు కూర్చుని
'వడకిరుత్తల్' వ్రతం ఆచరించి
తనువు చాలించాడు
సూర్యుడు అదృశ్యమైనట్లు.

అతను లేని రోజులు దుర్దినాలు

కళాత్తలయార్, పురనానూరు - 65

యుద్ధంలో శత్రురాజు పొరపాటున విసిరిన ఈటె Perumtholathan అనే రాజు వీపును గాయపరచింది. వీపుకు గాయమవ్వటం ఒక అవమానం. యుద్ధంలో వెన్నుచూపి పారిపోయాడంటారు. అంతకన్నా చావేమేలని తలచి Perumtholathan చనిపోయేవరకూ అన్నపానీయాలు తీసుకోకుండా ఉండే Vadakiruthal (జైన సల్లేఖనవ్రతం) అనే వ్రతాన్ని ఆచరించి మరణించాడట. ఆ ఘటనను చెప్పే గాథ ఇది.

55

పండగ రోజులు సమీపించాయి
భార్య ప్రసవవేదనలో ఉంది
వర్షం వల్ల పెందలాడనే చీకటి కమ్మేసింది
ఆమెకు సహాయం చేయటానికి
తొందరగా ఇంటికి వెళ్ళాలి ఆ చర్మకారుడు
బొంతను కుడుతున్న అతని చేతివేళ్ళ మధ్య సూది -
పట్టణాన్ని జయించటానికి వచ్చిన శత్రువుతో
ద్వంద్వయుద్ధంలో పోరాడుతున్న రాజు మెడలోని
దేవకాంచన పూలమాల కన్నా
వడిగా, కోమలంగా కదులుతోంది

సాత్తంతయార్, పురనానూరు - 82

(Perunarkilli అనే చోళరాజుకు Amur Mallan కు జరిగిన మల్లయుద్ధం సందర్భం)

56

చిన్నపిల్లల మాటలు
శ్రావ్యంగా ఏమీ ఉండవు
ఒక్కోసారి అర్థం కావు కూడా
అయినప్పటికీ బిడ్డపలికే పలుకులు
తండ్రికి ఎంతో ఇంపైనవి
వారిపై తమ ప్రేమను కురిపిస్తారు

అనేక రక్షిత కోటలను జయించిన
'నెడుమాన్' రాజా!
నేను మిమ్ములను
కీర్తిస్తూ చెప్పే కవిత్వం
మీరు నాపై చూపే ప్రేమ కూడా అంతే

అవ్వైయార్, పురనానూరు - 92

(Neduman రాజు దాతృత్వం గురించి)

57

ఓ పుడమీ!
దేశమైనా అరణ్యమైనా
లోయైనా పర్వతమైనా
నీపై జీవించే మనుషుల
మంచితనమే నీ మంచితనం
నీకు జయము కలుగుగాక!

అవ్వైయార్, పురనానూరు - 187

58

ఇక్కడ
మీ ఆయుధాలు
పూలు, నెమలి ఈకల అలంకరణతో
నూనె పట్టించి మిల మిలా మెరుస్తూ
ఆయుధశాల రక్షణలో ఉన్నాయి

అక్కడ
పేదలపాటి పెన్నిధి
ఉన్నప్పుడు దానం చేస్తూ
లేనప్పుడు ఉన్నది పంచుకొంటూ
ఎందరో శత్రువుల గుండెలను చీల్చిన
మా ప్రభువు ఆయుధాలు
విరిగిపోయి, మొనలు మొద్దుబారి
కమ్మరి కొలిమిలో పడి ఉన్నాయి

పురనానూరు - 95

(నెడుమాన్ రాజు యొక్క ఆస్థాన కవయిత్రి అవ్వయార్‌కు తొండమాన్ రాజు తన ఆయుధాలను చూపినపుడు, అవి ఒక్కసారికూడా వాడలేదని అన్యాపదేశంగా చెప్పిన మాటలు)

59

ఈ లోకం బతికేది
కొంతమంది మనుషుల కారణంగా

వారు ఎన్నడూ ఒంటరిగా తినరు
వారికి దేవతల అమృతాన్ని ఇచ్చినా సరే
అందరితో పంచుకొంటారు
వారిలో ద్వేషం ఉండదు

ఇతరులు భయపడేవాటికి వారూ
భయపడతారు కానీ
ఎన్నడూ ఆ భయంలో కూరుకుపోరు.
గౌరవం కొరకు ప్రాణాలు ఇస్తారు

పేరుని పాడుచేసే
ఎంత గొప్ప సంపదలైనా తిరస్కరిస్తారు
వారు వారికొరకు కష్టపడరు
వారి హృదయాలు వజ్రసమానం

అలాంటివారి వల్లే
ఈ లోకం ఇంకా ఉంది

ఇళం పెరువలుది, పురనానూరు - 182

60

దుఃఖం గొప్పదే కావొచ్చు
కానీ, దానికి పరిమితులు ఉన్నాయి
నన్ను చంపేంత బలం లేదు దానికి

స్మశానంలో ఉప్పుమొక్కలు మొలిచే నేలపై
కట్టెలపాన్పుపై పడుకొని
మంటల్లో కలిసిపోయింది, నా సహచరి
మరోలోకం వెళ్ళిపోయింది
నేను ఇంకా ఇక్కడే ఉన్నాను

ఇది నా జీవితం కాదు.

తుంజియ మాక్కోతై, పురనానూరు - 245

భార్య చనిపోయినపుడు Tunciya Makkotai అనే రాజు పలికిన మాటలు

61

మంచినీటి లో బతికే నీరుపిల్లి
సముద్రపు ఎండు చేపలని
తింటుందేమో కానీ
మరొకరిని కౌగిలించుకొన్న ఛాతీని
నేను హత్తుకోను

ఓరమ్‌పోకియార్, ఐంగురునూరు - 63

(బయట తిరుగుళ్ళు మరిగిన భర్తగురించి చెప్పిన మాటలు)

62

కొండపై ఉండే ప్రియునితో గడిపి వచ్చిన ఆమె
తన స్నేహితురాలితో ఇలా అంది
"ఆకులతో కప్పబడి
జంతువులతో మురికిచేయబడిన
అతని ఊరి నీటిగుంటలలోని నీళ్ళు
మన ఊరి పాలు, తేనె కలిసిన తీపి కంటే
ఎక్కువ రుచికరంగా ఉంటాయి"

కపిలర్, ఐంగురునూరు- 203

(కొండపై నీళ్ళు బాగోవు కదా అని అందరూ అనుకొనే మాటలకు ఆమె చెప్పిన సమాధానం)

63

మద్యం బాగా దొరికే
ఆ చిన్న ఊరిలో
మెత్తని తల, బలమైన కాళ్ళు కలిగిన
ఒక నల్ల ఆడ ఏనుగు గున్న
కీళ్ళింకా గట్టిపడని చిన్న పిల్లలతో
పరుగులు పెడుతూ, గిరగిరా తిరుగుతూ
ఒకరోజు ఆటలాడేది
ఆ మరునాడే వారి జొన్నచేలో పడి
పంటను నాశనం చేసేది.

కురియిరయార్, కురుంతొగై 394

(నిలకడ లేని అతని గురించి ఆమె స్నేహితురాలు అన్న మాటలు)

64

ప్రేమ, ప్రేమ
అంటారు అందరూ.
ప్రేమ ఏమీ జబ్బు కాదు
దయ్యం అంతకన్నా కాదు.

విశాలమైన భుజాలు కలిగిన
ప్రియ స్నేహితుడా!
చెప్పేది విను.

కొండవాలుపై
మొలిచిన లేత పచ్చికను
పాత ఎద్దు
విందు చేసుకోవటమే
ప్రేమంటే!

కందనార్, కురుంతొగై - 204

(అతనిని ఆమె ఆటపట్టిస్తోంది.)

65

శాంతినిండిన పూలకన్నుల దానా!
"వాన వచ్చేలా ఉంది" అంటూ
నువ్వు నన్ను వెళ్ళనివ్వలేదు

నిన్నువిడిచి నేను రానేమోనని
యుద్ధ ప్రయత్నాన్ని
విరమించుకొన్నాడు రాజు

పేయనార్, ఐంగురునూరు - 427

(తిరిగి యుద్ధానికి వెళ్ళటం లేదని భార్యతో చెబుతున్న సేనాధిపతి)

66

అందరూ నిద్రపోతున్నప్పుడు
నువ్వు రాత్రి వచ్చావని
బలమైన మగ ఏనుగులా
తలుపులు తెరవటానికి ప్రయత్నించావని
మేము గమనించాము.

వలలో చిక్కుకున్న నెమలిలా
తురాయి విరిగి, ఈకలు చెదిరి
కదలలేకున్నాను నేను.
మా అమ్మ
నేనేదో భయపడుతున్నాననుకొని
గట్టిగా కావలించుకొని ఉంది రాత్రంతా.
ఎలా రాగలను నేను?

కణ్ణనార్, కురుంతొగై - 244

67

"పురుషులకు పనే జీవితం
ఇల్లాండ్రకు భర్తలే జీవితం"
అని అన్నాడా అతను?
"మనసుమార్చుకొంటాడులే
బాధపడకు"

పాడియ పెరుంగడుంగో, కురుంతొగై - 135

(ప్రోషితపతికను ఓదార్చుతున్న స్నేహితురాలు)

68

ఓ మురుగా!
నీకు స్తోత్రములు.
మా పూజలకు ప్రసన్నమై 'వెరియాట్టం' ఆచారానికి వచ్చి
పెట్టిన నైవేద్యాలను స్వీకరించావు.
పూజారిపై వాలి
మా స్నేహితురాలు బెంగపెట్టుకొని
కృశించిపోవటానికి కారణం నీ కోపమేనని చెప్పావు.

నీవు దేవుడవే కావొచ్చు కానీ
నీకు నిజం తెలియదు
ఆమె బెంగ నీవు కలిగించినది కాదు.
ఎర్రని కలువల మాల ధరించి
జలపాతహోరుతో సమానంగా
నృత్యం చేసే వనదేవత సంచరించే
కొండలపై నివసించే
ఓ యువకుని వల్ల కలిగిన బెంగ జ్వరం అది.

ఓ మురుగా!
నువ్వు ఒట్టి అమాయకుడవు
నీకేమీ తెలియదు
నీకు జయము కలుగుగాక

బ్రహ్మాచారి, నట్రినై - 34

(కథానాయిక చెలికత్తె, మురుగన్‌తో అన్న మాటలు. వెరియాట్టం అనేది దేవతల ఆవాహనతో చేసే ఒక సంప్రదాయ నృత్యం)

69

చేనుగట్టుపై ఆమె చేయి పట్టుకొని
"నువ్వు ఎవరి అమ్మాయివి" అని అడుగుతున్నావు
"ఆమె ఎవరి అమ్మాయో నీకెందుకు కానీ
మా చేతులు పట్టుకునేవు
నువ్వు ఎవరి అబ్బాయివో చెప్పు ముందు
అబద్ధాలు చెప్పకు"

ఓరమ్‌పోకియార్, ఐంగురునూరు - 79

70

ఎత్తైన మద్ది చెట్లపై కూర్చుని
నీలాకాశం ప్రతిబింబించే పొలాలను, చెరువులను
పరికించి చూస్తూ
రకరకాల చేపలను ఆస్వాదించే కొంగలు తిరిగే
ఊరి నుండి వచ్చావు నువ్వు
నీ స్త్రీలు శుభ్రంగా, తాజాగా ఉంటారు
నీ బిడ్డకు జన్మనిచ్చిన నేను మాత్రం
నీ కంటికి దయ్యంలా కనిపిస్తున్నాను.

ఓరమ్‌పోకియార్,, ఐంగురునూరు - 70

(బయట తిరుగుళ్ళు మరిగిన భర్తతో భార్య పలికిన మాటలు)

71

విశాలమైన నేత్రాలు
వెదురువంటి నున్నని భుజాలు కలిగిన
నా ప్రేయసి సుదూరంగా ఉంది
పదునుమీద ఉన్న చేనులో
చేత ఒకే నాగలి కలిగిన రైతులా
నా హృదయం ఆరాటపడుతోంది
ఏంచేయగలను!

ఒరెరువలనర్, కురుంతొగై -131

(తనలో తను మాట్లాడుకొంటున్నాడు)

72

అతను నా ఆత్మకు ఆత్మలాంటి వాడు
అతనికి దూరంగా ఒక్క క్షణం కూడా జీవించలేను.
అతనుకూడ నన్ను విడిచి
సంతోషంగా ఉంటాడని అనుకోను.

లేకపోతే అతని క్షేమం కొరకు
ఎత్తైన కొండపై గుహలో కొలువైన భద్రకాళికి పూజలు
మణికట్టుకు పవిత్ర తోరం ధరించటం
రోజూ చిలుకజోస్యం చెప్పించుకోవటం
శుభ శకునాల కొరకు వెతకటం
సోదెకత్తెతో మంచి మాటలు చెప్పించుకోవటం
లాంటివి ఎందుకు చేస్తాను?

కొత్తనార్, కురుంతొగై - 218

73

కాడికి ఇంకా అలవాటుపడని కోడె ఎద్దులు
బండి నిండా బరువైన ఉప్పుమూటలు
ఎగుడు దిగుడు ప్రయాణం
ఎందుకైనా మంచిదని వ్యాపారులు
అదనపు ఇరుసును ఉంచుకొంటారు

ఓ యువరాజా!
మీరు కూడా అలాంటి
అదనపు ఇరుసు వంటివారు
గొప్ప రక్షణ అందరకు.

మీ కీర్తిఛత్రపు వెన్నెల నీడలో
మాకు చీకటి భయం ఉంటుందా?

అవ్వయార్, పురనానూరు - 102

74

ఇకపై
నాకు ఉదయాలు లేవు
సాయంత్రాలు లేవు
రోజులన్నీ నిరర్థకం.

అతని సమాధిరాయిపై
నెమలీకలు అలంకరించాం
గిన్నెతో మాగిన సారాయి ఉంచాం
అతను వాటిని స్వీకరిస్తాడా?
గెలుచుకొన్న రాజ్య సంపదలనే
ఒప్పుకోక ప్రజలపరం చేసిన వ్యక్తి.

అవ్వయార్, పురనానూరు - 232

(నెడుమాన్ స్మృతిగీతం)

75

అతని గుర్రం ఇంకా రాలేదు
ఈ ఇంటి యజమాని గుర్రం
యుద్ధంనుంచి ఇంకా రాలేదు
మెత్తని జుత్తుగల తన బిడ్డను
ఒక్కసారి కూడా చూడని తండ్రి గుర్రం
ఇంకా తిరిగి రాలేదు
అందరి గుర్రాలు తిరిగి వచ్చేసాయి.

యుద్ధంలో నిత్యం అతని వెంటనిలిచే
గుర్రం నేలకొరిగిందా?
రెండునదుల సంగమస్థలిలో నిలచిన
మహా వృక్షమొకటి కూలిపోయినట్లుగా

ఎరుమై వెళియనార్, పురనానూరు - 273

(యుద్ధం నుంచి ఇంకా తిరిగి రాని భర్తగురించి భార్య మాటలు)

76

ఎన్నో యుద్ధ గజాలు, మేలైన గుర్రాలు
బాణాల ధాటికి చనిపోయాయి.
గొప్పగొప్ప యోధులు
కవచాలతో తమ శిరస్సులను కప్పుకొని
రథాలపైనే మరణించారు.
రాజ దుందుభులు మోగించేవారు లేక
మౌనంగా ఉన్నాయి.
చందనాలు అద్దిన రాజుల వక్షస్థలాలను
పొడవైన ఈటెలు చీల్చాయి

ఇప్పుడు
గొప్ప సిరిసంపదలతో వర్ధిల్లిన వారి రాజ్యాలు
విలాసవంతమైన ఇళ్ళతో తులతూగిన నగరాలు
సిగలో కలువలు తురుముకొన్న అందమైన స్త్రీ ల నోటికి
రుచికరమైన అన్నాన్ని అందించిన
సారవంతమైన భూములు
ఇవన్నీ ఏమౌతాయి?

పరనార్, పురనానూరు – 63

(నేడుంచెరలథన్, పెరువిరల్ కిల్లి అనే ఇద్దరు చోళ రాజులు భీకరమైన యుద్ధంలో ఒకరినొకరు చంపుకొని మరణించిన సందర్భం)

77

ఒక చిన్న పిల్లవాడు
ఏనుగుబొమ్మతో ఆడుకొంటున్నాడు
దాన్ని ఒక యుద్ధ ఏనుగుగా భావించి ఒక పెద్ద గోడను
కూల్చటానికి ప్రయత్నించాడు. సాధించలేకపోయాడు
దూరంగా చిన్నపాపల ఇసుక కోటలపై అతని దృష్టిపడింది
సులభమైన లక్ష్యంగా అనిపించి బొమ్మఏనుగును
వారివైపు నడిపించాడు.

ఇదంతా చూస్తున్న ఆ పిల్లవాడి తల్లి
అతన్ని పిలిచి ఇలా చెప్పింది
"చిట్టి తండ్రీ!
నీవు నీ తండ్రివలే అందగాడవు
అతని లక్షణాలలో నేను చెప్పినవే గ్రహించు
అతనినుండి ధైర్యాన్ని తీసుకో
ప్రేమించే స్త్రీల పట్ల
అతనుచూపే ఉదాసీనతను తీసుకోకు
అతనిలా ఔదార్యంగా ఉండు
యువతుల మనసులకు కష్టం కలిగించకు"

ఈ మాటలలోని సందేశాన్ని ఆ పిల్లవాడు
గ్రహించాడో లేదో కానీ
దగ్గరలోనే ఉండి వింటున్న ఆమె భర్త
ఆ అంతరార్థాన్ని అందుకొన్నాడు

మరుదన్ ఇళనాకనార్, కళితొగై 86

78

తీయని మాగిన మామిడి పండ్లు
బలమైన చెట్లకు కాసిన ముదురు పనసతొనలు
తేనెలో కలిపి
పొడవైన వెదురు బొంగులలో పులియబెట్టి
పాములవిషం కన్నా వేగంగా తలకెక్కే
సారాయిగా మార్చి
మొదటగా కొండదేవతకు అర్పిస్తారు.
వారి స్త్రీలు దాన్ని ఆకుదొప్పలలో పోసి ఇవ్వగా
సుష్టుగా తాగి జొన్నచేల కాపలా మరచిపోతారు.
ఏనుగులు చేలోపడి నాశనం చేస్తాయి
కోపంవచ్చిన పిన్నలు పెద్దలు
విల్లంబులు చేతబూని ఏనుగులను వేటాడేందుకు
అడవి అంతా కలయతిరుగుతారు.

ఆ కొండలపై నివసించే
బాధ్యతలేని ప్రియుని బోలు మాటలను విశ్వసించే మనసుతో
నేనెట్లా సుఖంగా ఉండగలను?

చేందన్ కూత్తనార్, అకనానూరు 348

(ప్రియుడు వింటూండగా, ప్రియురాలు స్నేహితురాలితో మాట్లాడిన మాటలు)

79

అయ్యా!
మీరు కోపగించుకోనంటే ఒక ప్రశ్న అడుగుతాను
ఈ సువాసనల అన్నం, ఇతర నైవేద్యాలు
మురుగన్‌కు పెట్టి
మేకపిల్లను బలి ఇచ్చి చిందిన ఆ రక్తాన్ని
నా స్నేహితురాలి నుదుట అద్దారు కదా!
ఈ పూజలకు
ఆకాశాన్ని తాకే ఎత్తైన కొండలపై నివసించే
ఆ యువకునితో ఈమె ప్రేమ ఫలిస్తుందా?

కన్నన్ కూత్తనార్, కురుంతొగై - 362

(మురుగన్ పూజారితో- కథానాయికి స్నేహితురాలు, ఆమె తల్లి వింటుండగా ఇలా అని- వారిద్దరికి పెళ్ళి చేయమని సూచించింది)

80

ఒక ఇంట్లో చావు డప్పులు
మరొక ఇంట్లో వివాహ వాయిద్యాలు.
ఏకమైన ప్రేమికులు
పువ్వులు నగలు ధరిస్తారు,
విడిపోయిన ప్రేమికులు
బాధతో కన్నీళ్ళు పెట్టుకుంటారు.
ఈ అసమానతలు గుణాతీతుని లీలలు

ఈ ప్రపంచం క్రూరమైనది
దాని స్వభావాన్ని గ్రహించిన వారికి
దానిలోని సౌందర్యం కనిపిస్తుంది.

పక్కుడుక్కై నంకనియర్, పురానానూరు-194

గాథాసప్తశతి[2]

గాథ అనగా ఉత్తమమై, ఉదాత్తమై, రసానుకూలమైన ఒక సంఘటన అని అర్థము. హాలుడు అనే శాతవాహన రాజు ఒకటవ శతాబ్దంలో ఏడువందల గాథలను సేకరించి సంకలన పరిచిన గ్రంధం పేరు గాథాసప్తశతి. భాష ప్రాకృతం.

సప్తశతీ గాథలు ఎలా పుట్టాయో వివరించే కథ ఒకటి చెపుతారు. హాల చక్రవర్తి సరస్వతి దేవిని నిత్యం పూజించేవాడట. ఒకనాడు ఆమె ప్రత్యక్షమై ఏదైనా వరం కోరుకొమ్మని అనగా తన రాజ్యంలో సరస్వతిదేవిని శాశ్వతంగా ఉండిపొమ్మని కోరుకొన్నాడట. ఆమె మూడురోజులు ఉండెదనని వరమిచ్చిందట. ఆ మూడురోజుల పాటు రాజ్యంలోని ప్రజలందరూ కవులుగా మారి అద్భుతమైన కవిత్వం చెప్పారట. అలా కొన్ని కోట్ల గాథలు పుట్టాయి. వాటిలోంచి హాలుడు ఉత్తమమైన ఏడువందల గాథలను ఎంపిక చేసి సప్తశతిగా కూర్చాడంటారు.

ఈ కథ ఈ క్రింది గాథలో ఉన్న కోటానుకోట్ల అన్న పదానికి అందంగా చెప్పిన అన్వయం కావచ్చు.

ఈ ప్రపంచంలో కోటానుకోట్ల గాథలున్నాయి
వాటిలోంచి ఏడువందలు ఏరి
సప్తశతిగా కూర్చెను
కవికులవత్సలుడు హాలుడు (3)

పై కథ ద్వారా సప్తశతి అనేది ఒక సమిష్టి కృషి అని, దైవత్వాన్ని ఆపాదించటం ఈ గాథలను అజరామరం చేయటానికేనని అర్థం చేసుకోవాలి. మరొక గాథలో శాతవాహన చక్రవర్తి పేరు ప్రస్తావన కనిపిస్తుంది.

కష్టకాలంలో మనలను కాపాడేది
ఇద్దరే ఇద్దరు
ఒకరు గౌరి వల్లభుడు
మరొకరు శాతవాహన చక్రవర్తి (567)

సప్తశతి గాథలలో కనిపించే ఇంకొక రాజు విక్రమాదిత్యుడు. ఇతను BCE 57 కు చెందిన మొదటి విక్రమాదిత్యుడు.

వీరోచితంగా పోరాడిన సైనికునికి
విక్రమాదిత్యుడు లక్షవరహాలు బహూకరించినట్లుగా
ఆమె తన పాదాలను కడిగినందుకు
పారాణిగుర్తులను అతని చేతులకు బహూకరించింది. (564)

ఈ సప్తశతిగాథలు రెండువేల సంవత్సరాల క్రితపు ప్రజల జీవితాలు, అనుభవాలు, ఉద్వేగాలను కవితాత్మకంగా మన కళ్లముందు నిలుపుతాయి.

దేవతలు[3]

1

అర్ఘ్యమివ్వటానికి అర్ధనారీశ్వరుడు
గంగను చేతిలోకి తీసుకొన్నప్పుడు
అసూయతో ఎరుపెక్కిన గౌరీదేవి మోము
దోసిటిలో కమలమై ప్రతిబింబించింది.
ఆ అంజలి జలాలకు వందనమిడు. - 1

2

సంధ్యావార్చగ దోసిలిలో తీసుకొన్న నీటిలో
ప్రతిఫలిస్తున్న గౌరీదేవి ముఖాన్ని చూసి
మంత్రం మరచిపోయి ఊరకనే పెదవులు కదుపుతున్న
శివునికి నమస్కరించు. - 700

3

మనసులో ఏదో ఉంచుకొని
తనవెనుకే పదే పదే తిరుగుతున్న మరిదికి
ఆ సుగుణవంతురాలైన ఇల్లాలు
గోడపై చిత్రించిన రామాయణ దృశ్యాలను చూపిస్తూ
రామలక్ష్మణుల అనుబంధాన్ని ఒక రోజంతా బోధించింది. -135

4

కొత్తగా కాపాలిక మతం తీసుకొన్న ఆ యువతి
తన ప్రియుని చితాభస్మాన్ని ఒంటిపై ఎంత పూసుకొన్నా
తనివి తీరటం లేదు సరికదా
గత అనుభవాలు స్మరణకు వచ్చి శరీరం పులకరిస్తోంది.- 408

5

ప్రియమైన ఎనుబోతు చనిపోగా
దాని మెడను వేలాడిన గంటల పట్టీని
ఇంటికాపు చాన్నాళ్ళు దాచుకొని చివరకు
అజ్జ దేవళానికి సమర్పించుకొన్నాడు. - 272

6

చిలుకముక్కు ఆకారంలో ఉండే మోదుగపూలు
రాలి నేలంతా పరచుకొని
బుద్ధుని పాదాలవద్ద మోకరిల్లిన
బౌద్ధభిక్షుకుల సమూహంలా
పరిసరాలను ప్రకాశింపచేస్తున్నాయి - 308

7

చేతికి ఆభరణముగా ఉన్న పామును చూసి
పెండ్లికూతురు భయపడుతోందని గ్రహించిన
పరమశివుడు దాన్ని పైపైకి తోస్తున్నపుడే
పార్వతి సౌభాగ్యాన్ని చెలులు గ్రహించారు - 69

8

ఒకప్పుడు యువకులు ప్రేమోద్రేకంలో
నా తలకింద దిండుగా ఉంచిన
ఆ గణేశుని విగ్రహానికే
నేను నిత్యం నమస్కరిస్తున్నాను.
దిక్కుమాలిన వార్ధక్యమా! నీకు సంతోషమే కదా! - 572

9

చండాలుని ఇంటిలో వెలిగే అగ్నే
యజ్ఞవాటికలోను వెలుగుతుంది
స్థానాన్ని బట్టి వ్యక్తుల్ని తృణీకరించరాదు. - 227

10

శివపార్వతుల సంగమ సమయంలో
వలువలు తొలగగా సిగ్గిల్లిన పార్వతీదేవి
రెండుచేతులతో విభుని రెండు కళ్లూ మూసి
మూడవకంటిని ముద్దాడింది. - 455

11

'నా కృష్ణుడు ఇంకా చిన్నపిల్లాడే' అని
యశోద అన్నపుడు,
గోపికలు కృష్ణుని చూస్తూ
ముసిముసి నవ్వులు నవ్వుకొన్నారు. - 112

12

సుందరీ! ఈ రోజు పౌర్ణమి.
ఈ రాత్రి పెరట్లో పడుకోకు సుమీ!
రాహువు నీ ముఖాన్ని
చంద్రబింబమని అని భ్రమపడగలడు. - 804

13

ప్రతీ పౌర్ణమి రోజున సృష్టికర్త
చందమామను ఒకసారి తీసి
నీ మోముతో పోల్చిచూసి
చిన్నచిన్న మార్పులు చేసి
మరలా పెడుతున్నాడు. - 207

14

రామచిలుకల దండు ఆకాశంనుండి
క్రిందకు వచ్చి వాలుతుంటే,
వైకుంఠంలోని లక్ష్మీదేవి యొక్క
పచ్చలు కెంపులు పొదిగిన నగలేవో
నేలకు జారిపడినట్లనిపిస్తోంది. - 75

ప్రకృతి వర్ణనలు

15

అత్తా, చూడు
ఊరిచెరువులో ఎవరో
ఆకాశాన్ని తిరగేసి పడేసారు
అయినా
ఒక్క కలువా చెదిరిపోలేదు
ఒక్క హంసా బెదిరిపోలేదు - 110

16

ఒంటికాలిపై తామరాకుమీద
నిశ్చలంగా నిలుచొన్న ఆ కొంగ
పచ్చరాతి పళ్ళెంపై
నిలబెట్టిన శంఖంలా ఉంది. - 4

17

మకరందాన్ని సుష్టుగా జుర్రుకొని మత్తెక్కి
కదల్లేక తెల్లకలువపై పడుకొన్న తుమ్మెదలు
వెన్నెల చెరపకుండా వదిలేసిన
చీకటి మరకల్లా ఉన్నాయి. - 562

18

తనకాళ్ళతోనే నేసికొన్న దారాన్ని పట్టుకొని
చూరునుంచి క్రిందకు జారిన సాలెపురుగు
కనిపించని పోగుకు వేలాడదీసిన
పొగడపూవులా ఉంది. - 63

19

బండరాయికి వేలాడుతున్న
పాము కుబుసాన్ని చూసి
జలపాతమని భ్రమిస్తోన్న ఏనుగు
తల తడుపు కొందామని వ్యర్థపయత్నం చేస్తోంది. - 642

20

మొత్తం అడవిని దహించి దహించి
అలసిపోయిన కార్చిచ్చు
మైదానంలో ప్రవేశించి
గట్టునున్న రెల్లుగడ్డిని దాటుకొని
ఏట్లో దాహం తీర్చుకొంటోంది

(గాథాసప్తశతి - 758)

21

నువ్వు అతన్ని కలుద్దువు కానిలే
కంగారేం లేదు
వెన్నెల ఇంకా విరబూయనీ
అపుడు నీ మొఖాన్ని ఎవరూ గుర్తుపట్టలేరు
పాలల్లో పాలలా కలిసిపోతుంది. - 609

22

యువజంట కేళీవిలాసాలను
లీనమై చూస్తూ ఉండిపోయిన దీపం
చమురైపోయిందన్న విషయాన్ని
గమనించుకోనేలేదు. - 548

23

వింధ్యపర్వత లోయలలో
తారాడే నల్లని మేఘాలను
శిఖరాలపై నుంచి చూసిన పుళిందులు
అవి ఏనుగు మందలని భ్రమసి
తమ విల్లులను ఎక్కుపెట్టారు - 116

అపురూప సౌందర్యవతులు

24

ఎంత ఊదినా సరిగ్గా మండటం లేదని
పొయ్యిమీద అలుకబూనకు.
సుగంధభరితమైన నీ పూర్పులకు ఆశపడి
పొగను ఎగదోస్తుంది తప్ప
పొయి మండేలా లేదు. - 13

25

కోట్లాది సుందరాంగులతో
కిటకిటలాడే ఈ సువిశాల జగత్తులో
ఈమె కుడిభాగపు అందంతో సరితూగ గలిగేది
ఈమె ఎడమభాగపు అందం మాత్రమే! - 303

26

ఎవరైనా మొదటగా
ఆమె ఏ దేహభాగాన్ని చూస్తారో
వారి దృష్టి అక్కడే నిలిచిపోతుంది
ఆమె శరీరాన్ని పూర్తిగా చూసినవారే లేరు. - 234

27

ఊరిపెద్ద కూతురు చాలా అందగత్తె
ఊరిలోని మగాళ్ళనందరినీ
దేవతలుగా మార్చేసింది
ఎవరూ రెప్పలు మూయరు
ఆమెను చూస్తూన్నపుడు. - 593

28

ప్రియుని చూసిన తన్మయత్వంలో
ఆమె కళ్ళుమూసుకోబట్టి కానీ
లేకపోతే
ఆమె జడలో ఉన్న నీలికలువను
చూసేవారేరి? - 323

29

యవ్వనవతి చన్నులు ఎవర్ని ఆకర్షించవు!
మంచి పద్యంలా
బరువుగా, బిగుతుగా, అలంకారయుతంగా ఉండేటివి. - 428

30

ఆమె గొప్ప అందగత్తె, సుగుణవంతురాలు నిజమే
నేను పనికిరాని దానను అదీ నిజమే
కానీ ఒక్కమాట
ఆమెలా లేని వాళ్ళందరూ చచ్చిపోవాలా ఏమిటీ? - 512

నారీ మనోహరులు

31

అత్తా!
ఆ యువకుడ్ని తదేకంగా
ఎంతసేపు చూసినా అలుపైతే రాదు కానీ
కలలో నీళ్ళు తాగినట్టు దాహం తీరదు. - 93

32

అమ్మా!
నదిలో నేను స్నానం చేసేటపుడు
కుంకుడు రసంతో చేదెక్కి పారే నీళ్ళను
ఆ యువకుడు దోసిళ్లతో తాగుతున్నప్పుడు
నా హృదయాన్ని కూడా తాగినట్లు అనిపించిందే! - 346

33

పండగపూట కొత్తదుస్తులు ధరించి
ఇంటింటికీ తిరుగుతూ
పిండివంటలు పంచుతోంది పిచ్చిపిల్ల
నువ్వెక్కడయినా కనిపిస్తావన్న ఆశతో - 328

34

నాకున్నవన్నీ మంటలకు బూడిదైనా
నాకు ఆనందంగానే ఉంది, ఎందుకంటే
మంటలనార్పేటపుడు
అతడు నా చేతుల్ని తాకుతూ
నీళ్ళకడవ అందుకొన్నాడు. - 229

35

నీ గొంతువినంగానే నిన్ను చూడటానికి
ఇంటినుండి పరుగులిడుతూ బయటకు వచ్చింది
నీవు వెళిపోయాకా ఆమెను
మోసుకు తీసుకెళ్ళాల్సివచ్చింది. - 506

36

చాలామంది నీ గురించి ఎంతొ చెప్పారు
ఈనాటికి నిన్ను కళ్ళారా చూస్తున్నాను
ప్రియతమా ఏదో ఒకటి మాట్లాడు
నా చెవులు కూడా తేనెను గ్రోలనీ! - 805

37

ప్రియసఖుడా!
నిన్ను చూడని స్త్రీలు మాత్రమే
సంతోషంగా ఉంటున్నారు
సుఖంగా నిద్రపోతున్నారు
చెప్పినది వింటున్నారు
మాటలుకోసం తడుముకోవటం లేదు. - 418

38

నిన్నుచూచినపుడు
తల్లిదండ్రులు పక్కనున్నారని
ఏ ఉద్వేగాన్నీ ప్రదర్శించలేదుకానీ
ఆమె రెప్పలు మూసినపుడు
ఓ కన్నీటి బిందువు జాలువారింది. - 367

39

తమ ప్రియులను కనీసం స్వప్నాలలో
దర్శించుకొనేవారు ధన్యులు
నీవు నా పక్కన లేకుంటే కలలమాట అటుంచు
నిదురే రాదు నాకు. - 397

40

నిన్ను చుట్టుకొన్న నా చేతుల్ని
బలంతో తొలగించుకొని దూరదేశానికి వెళుతున్నావు
నా హృదయం నుంచి నీ రూపు తొలగించి చూపు
అపుడు నీ బలాన్ని నేను గుర్తిస్తాను. - 749

41

తొలిచూలు పడతిని సఖులు
నీ మనసులోని కోరిక ఏమిటని అడగగా
సిగ్గుపడుతూ భర్తను చూసింది. - 115

ప్రేమ గాథలు

42

అతడు ఆమెవైపు చూసాడు
ఆమె అతనివైపు చూసింది.
ఆ శుభవేళే వారు తమ ప్రేమను
ఖాయపరచుకొన్నారు - 627

43

ప్రియా!
నీవు నిజంగా నిద్రపోవటం లేదని
కళ్ళు మాత్రమే మూసుకొన్నావని
నీ చెంపలు నా ముద్దుకు పులకరించటం ద్వారా
నాకు తెలుస్తూందిలే,
ఇంకెప్పుడూ ఆలస్యం చేయను సరేనా! - 20

44

ఆ బాటసారి ఇందాకటి నుంచి
దోసిటివేళ్ళు ఎడంచేసి నీళ్ళు తాగుతున్నాడు
తలపైకెత్తి చలివేంద్రం అమ్మాయినే చూస్తో
అది గమనించిన ఆమె కూడా
సన్నంగా ఉన్న ధారను మరింత తగ్గించింది. - 161

45

అతను మోహంతో చుంబిస్తున్నప్పుడు
కోపం వల్ల కలిగిన ఆమె చెక్కిళ్ళ ఎరుపు
క్రమక్రమంగా అదృశ్యమౌతోంది
గాజుపాత్రలోని ద్రాక్షమధువులా. - 933

46

కోడలు పిల్లా!
వెదురు ఆకులు నీ జుట్టులో చిక్కడి ఉన్నాయి
అత్తా!
నీ వీపంతా దుమ్ముఅంటుకొని ఉంది. - 676

47

భర్త శవంపై పడి ఆ మదనవతి
మూర్ఛలు పోతూ, గుండెలు బాదుకొంటూ ఏడిస్తే
ఎక్కడ సతీసహగమనం చేసుకొంటుందో అని
అందరూ హడిలి చచ్చారు...ఆమె ప్రియుడితో సహా!

- 873

48

ఇది మా అత్త పడుకొనే చోటు
ఇక్కడ నేను పడుకొంటాను
అక్కడ పనివాళ్ళు
బాటసారీ! చీకట్లో కనిపించటం లేదని
నా పైన పడేవు. జాగ్రత్త సుమీ! - 669

49

చిమ్మ చీకటి అలముకొంది
మగడు పొరుగూరు వెళ్ళాడు
ఇంట్లో ఎవరూ లేరు, దొంగలు పడతారేమో!
పొరుగింటివాడా కాస్త కనిపెడుతూ ఉండు - 335

50

నేను పల్లెటూర్లో పుట్టి పెరిగిన దాన్ని
పల్లెటూరివాసిని
పట్నం పద్ధతులు నాకు తెలియవు
అయినప్పటికీ
పట్నపు ఇంతుల భర్తల్ని వశపర్చుకోగలను
ఎందుకంటే నేను నేనే! - 705

51

ఓ బాలకా!
పూలెందుకు కోస్తున్నావు
దేవతలు సంతోషించటానికి ఉదకం చాలు కదా
గోదావరి తీరాలు
యువకులను పాడుచేస్తున్నాయి. - 355

52

రత్యనంతరం వివశురాలైన ఆమె
చనిపోయిందనుకొని
పాలెకాపు భయంతో పారిపోవటం చూసి
సగం విచ్చుకొన్న
కాయలభారంతో వంగిన పత్తిచెట్టు
నవ్వుకొంటోంది. - 360

53

మనసుపడినవాటిని ఎంచుకొంటాము తప్ప
గొప్పలక్షణాలను బట్టి కాదు.
పుళిందులు ముత్యాలను కాదని
గురివిందలను కోరుకోరా? - 310

54

ఓహ్, కాలమా!
ప్రేమకవిత్వం పట్ల రోసిన ఈ యువకుడు
బ్రతకటానికి తర్కాన్ని చదువుకొంటున్నాడు
మేమేమో
మా భర్తలకు పరిమితమయ్యాము - 892

55

నా పెండ్లిలో కన్యాదాన సమయంలో
పలికిన పవిత్ర ఆశీస్సులను విన్న
ఏటిఒడ్డున వెదురుపొద ఇంకా ఊరి కుర్రకారు
లోలోపల నవ్వుకొన్నారేమోనని అనుమానంగా ఉంది.- 645

సామాజిక వ్యవస్థ[3]

సప్తశతి గాథలు ఒకప్పటి గ్రామీణ ప్రజల సాంఘిక జీవనాన్ని ప్రతిబింబిస్తాయి. వివిధ గాథలలో ఆనాటి ప్రజల జీవనోపాధి, వృత్తులు, వివాహ వ్యవస్థ, పరిపాలన, వస్త్రధారణ, ఆర్థికలావాదేవీలు, భౌగోళికత లాంటి అంశాలెన్నో ప్రత్యక్షంగానో పరోక్షంగానో తెలుస్తూంటాయి.

వ్యవసాయం

56

పంటబోదిలో పాదాలను ఉంచి
నీటిని మళ్ళిస్తోంది కాపు వనిత.
నిశ్చలంగా ఉన్న ఆమె పాదాల చుట్టూ తుమ్మెదలు
తిరుగాడుతున్నాయి. - 692

57

వింధ్యపర్వతాల అడవి వరిమొక్కలని విడిచిపెట్టి
గుప్పెడు కంకుల కొరకు వరిచేలో పడే ఏనుగు
ఏనాటికైనా మందకు నాయకత్వం వహించగలదా? - 788

58

నేను పొలం వెళ్ళను
చిలుకలు పంట తినేస్తే తినేయనీ

అక్కడ ఉంటే
దారిన పోయే ప్రతీ బాటసారీ
ఈ దారెటు పోతుందని అడుగుతున్నారు
వారికి తెలిసినప్పటికీ. - 821

59

ఇదే చోట్లో కొన్నాళ్ళలో
ఆమెతో జరపబోయే శృంగారాన్ని
ఊహించుకొంటూ విత్తనాలు జల్లుతున్నాడా రైతు
చెమర్చిన చేతులకు అతుక్కున్న విత్తనాలు
జారిపడటం లేదు పాపం - 358

60

ప్రియమైన భార్య గతించాకా
ఆమె లేక పాడుపడిన ఇంటికి వెళ్ళాలనిపించక
పనేం లేకపోయినా పొలం వద్దే ఉంటున్నాడా రైతు. - 169

వృత్తులు

61

వర్తకుడా!
నీకు ఏనుగు దంతాలు, పులిచర్మాలు
ఇదివరకట్లా ఎలా సరఫరా చేయగలం?
కొత్తకోడలు వయ్యారంగా పిరుదులు
తిప్పుకుంటూ ఇంట్లో తిరుగుతూంటే! - 951

62

ఊరి మధ్యలో అందరిముందూ ఆ విలుకాడు
బరువైన విల్లును చెక్కి చిన్నదిగా చేస్తున్నప్పుడు
మా అత్త
మొగుడుపోయినప్పటికంటే ఎక్కువ శోకాలు పెట్టింది -665

(విలుకాడు పెళ్ళయ్యాక శక్తిహీనుడై అంతకుముందు అవలీలగా ధరించిన విల్లును మోయలేక దానిని చెక్కి చెక్కి చిన్నదిగా చేసినట్లు అనేక వర్ణనలు ఉంటాయి. అన్యోన్య దాంపత్యాన్ని చెప్పే ఒక అందమైన 'మోటిఫ్' అది)

63

గర్జనలను తలపింపచేసే
తన మగని వింటి నారిధ్వనిని విన్న ఆమె
తన సహ బందీలుగా ఉన్న రాజవంశస్త్రీలతో
ఇక మీరు కన్నీరు చిందించనక్కర లేదు అన్నది - 54

64

ఆడుజింకకు కాపుగా నిలిచింది మగజింక
బాణాన్ని ఎదుర్కొనేందుకు.
అది గమనించిన
ఆడుజింక మగజింకకు అడ్డంగా నిలిచింది
కన్నీళ్ళతో తడిచిన విల్లును క్రిందకు దించాడా విలుకాడు. - 603

65

నీ జఘనాన్ని తాకటం సామాన్యుల తరమా!
ఎన్నిసార్లు కొలిమిలో కరిగి, నీళ్ళల్లో చల్లారి
ఎన్నెన్ని సుత్తిదెబ్బలు ఓర్చుకొని బంగారం
వడ్డాణంగా మారి నిన్ను తాకగలుగుతోంది. - 211

66

కాటుకతో కలిసిన కన్నీటి చారిక
హృదయాన్ని కోసే వియోగమనే రంపానికి
దారిచూపే నల్లని కొలత రేఖలా ఉన్నది. - 153

67

ఇంటికొచ్చిన పడుచుపిల్లతో
గొల్లవాడు ముచ్చట్లాడుతోంటే
అతని కొత్తపెండ్లాం రుసరుసలాడుతూ
లేగదూడల కట్లు విప్పి ఎలా ఒదిలివేస్తుందో చూడు. 711

68

కత్తులు ధరించిన కసాయివాళ్ళు తోలుకుపోతూంటే
వెనక్కు తిరిగి తోటను చూస్తూ
ఇక శెలవు అంటూ సాగిపోయాయి దున్నపోతులు - 780

69

ఒక చేత్తో జారిపోతున్న దుస్తుల్ని పట్టుకొని
మరో చేత్తో ముడివిడిన జుత్తును సవరించుకొంటూ
క్షురకుని చూసి భయపడి పారిపోతున్న
పిల్లాడిని పట్టుకోవటానికి
వెంటపడి పరుగెడుతోంది ఆ ఇల్లాలు. -291

వివాహవ్యవస్థ

70

ముత్తైదువులు పెండ్లిపాటలు ఎత్తుకోగానే
పెండ్లికూతురి రోమాలు నిక్కబొడుచుకొన్నాయి
పెండ్లికొడుకు పేరు తాముకూడా వినాలని కాబోలు.-644

71

పాదాలు పట్టుకొని
బతిమాలుతున్న భర్త వీపునెక్కి
చిన్నకొడుకు తైతెక్కలాడుతుంటే
అంత కోపంలోనూ ఆమెకు నవ్వాగలేదు. – 11

72

చెలీ! నిజం చెప్పు!
అందరికీ ఇలానే జరుగుతుందా?
మగడు దూరదేశమేగినపుడు
భార్య గాజులు పెద్దవవుతాయా? - 453
(మగనిపై బెంగతో చిక్కిపోయిన స్త్రీ చేతి గాజులు ఒదులు అవటం అనే మోటిఫ్ అనేక గాథలలో కనిపిస్తుంది)

73

ప్రవాసి భార్య పెట్టిన అన్నం ముద్దపై
జారిపడిన ఆమె గాజును చూసి
ఉచ్చు అనుకొని భయపడుతున్న కాకి
తినటానికి రావటం లేదు. - 205

74

అత్తా!
పదాలు ఒకటే కావొచ్చు
అవి ప్రేమతో పలికిన మాటలా లేక
పైపై పలుకులా అనే దానిని బట్టి
కాని వాటి అర్థాలు మారిపోతాయి - 450

75

బదులు చెప్పు
అనుచిత సమయంలో, కాని చోట
విసిగిస్తే నీకు కోపం రాదా?
శృంగారంలో మునిగి ఉన్నప్పుడు
ఎంతటి గారాల బిడ్డయినా ఏడ్చుకొంటూ దరిచేరితే
ఏ తల్లి తిట్టుకోకుండా ఉంటుందీ! - 400

76

"ఎవరిగురించి ఆలోచిస్తున్నావు" అని ఆమెను అడగ్గా
"ఎవరూ లేరు" అని
భోరుభోరున ఏడవటం మొదలెట్టింది
మేము ఆమెతో కలిసి శోకించాం. - 389

77

పసుపు, నేయి మొఖానికి రాసుకొని ఉన్నప్పుడు
ముక్కు తగలకుండా, నుదురు తాకకుండా
పెదవులు సారించి ఆమె ఇచ్చిన చుంబనాన్ని
నేనెన్నటికీ మరువలేను. - 22

(ఋతు సమయంలో స్త్రీలు మొఖానికి పసుపు,నేయి కలిపిన మిశ్రమాన్ని పట్టించుకోవటం ఒకనాటి ఆచారం)

78

చిన్నభార్య మొఖాన రాసుకొన్న
పసుపు నేయిలని
భర్త చాతీపై మరకలుగా చూసిన
అతని ఇతర భార్యలు
గుడ్లనీరు కుక్కుకొని శోకించారు. - 529

79

రాత్రివేళ ఆమె పెదవులనుంచి భర్త
చెరిపేసిన ఎరుపుదనం తెల్లారాక
ఆమె సవతుల నిద్రపోని కళ్ళల్లో ప్రత్యక్షమైంది - 106

80

కొడుకు భర్త మధ్య కూర్చున్న ఆ ఇల్లాలి
కుచద్వయంలో ఒకటి పాలు కార్చితే
మరొకటి చక్కిలిగింత పొందుతోంది - 409

81

"చూడు నీ కొడుకేంచేసాడో" అంటూ ఆమె
రేగుపండుపై నాటుకొన్న పిల్లవాని పాలపళ్ళ
గుర్తుల్ని భర్తకు నవ్వుతూ చూపిస్తోంది. - 200

82

ఊరికాపు అయిన మగని ఛాతీ
మానిన గాయాలతో ఎగుడుదిగుడుగా ఉండటంచే
దానిపై తలాన్చి పడుకొన్న భార్యకు నిద్రపట్టటం లేదు
కానీ
ఊరు ప్రశాంతంగా నిదురపోతోంది. - 31

83

విచ్చుకొన్న నెమలి పురిలా చెదిరిన జుట్టు
వణికే తొడలు, తేలేసిన కళ్ళు-
మగరాయుడిలా రమించాలనుకొన్న ఓ మగువా
తెలిసిందా మగాడి కష్టం ఎంతటిదో! - 152

84

సుదీర్ఘకాల సహజీవనంలో
కష్టసుఖాలు పంచుకొని
ప్రేమ అర్థాన్ని కనుగొన్నదంపతులలో
మొదట చనిపోయినవారు బ్రతికినట్లు
రెండవవ్యక్తి ఉన్నా చచ్చినట్లే. - 142

85

మగడెంత బ్రతిమాలినప్పటికీ
తన కోపం తగ్గలేదన్న విషయాన్ని
ఆమె బహు నేర్పుగా చెప్పగలదు.
ఏకాంత మందిరంలో కూడా
మగనికి మర్యాదలు చేస్తోంది. - 88

86

వానాకాలం సమీపిస్తుండటంతో
ఇంటికి త్వరగా చేరుకోవాలని
ఆ బాటసారి దారిని చుట్టి మూటకట్టేస్తాడు
దానిని ముక్కలు చేసి ఒక్క గుక్కలో మింగేస్తాడు. - 696

(వానాకాలం వస్తే వాగులు, నదులు పొంగి దారులు మూసుకుపోయి మరో మూడునెలలవరకూ ఇంటికి వెళ్ళలేనని ఆందోళన చెందటం, త్వరత్వరగా వెళ్ళాలని ప్రయత్నించటం)

87

వింధ్య పర్వత శిఖరాలపై నీవు చూసేది
వేసవి కార్చిచ్చు వలన రేగిన నల్లని బూడిద
కారు మబ్బులు కావు
నీ భర్త రాక గురించి దిగులు చెందకు. - 70

88

'చూడు అమ్మాయి! ఏడవకు
అతను వస్తాడు. ఈరోజు జరుగుతున్న తీర్థానికి
అతను ఏనాడూ లేకుండా లేడు'
అంటూ బోలు మాటలతో కోడల్ని ఓదార్చి
పక్కకు తిరిగి కనులనీరు తుడుచుకొందామె. - 735

89

పిచ్చిదానా!
మేఘాలు గర్జిస్తున్నాయి
దారులలో గడ్డిమొలిచింది
నదులు పరవళ్ళు తొక్కుతున్నాయి
ఇంకా నీ భర్త కోసం ఎదురుచూస్తున్నావు - 729

90

భర్త దూరదేశమేగాకా
ఆమె మొదట చేతివేళ్లతో రోజులు లెక్కవేసుకొంది
అవి అయిపోయాకా కాలివేళ్లతో లెక్కించుకొంది
అవీ అయిపోయాకా ఇక ఎలా లెక్కించాలో తెలీక
భోరున ఏడవటం మొదలెట్టింది. - 307

91

చూరునుండి కారుతున్న నీటి ధారలలో
ఆమె తల తడుస్తున్నా
కొడుకుని ఒళ్ళోకి తీసుకొని కాపాడుతోంది
పాపం మగని వియోగంచే కలిగిన కన్నీళ్ళతో
వాడు అప్పటికే నిండా తడిచిపోయాడని
గమనించటం లేదామె - 623

92

ధనుస్సును తాకిన మరుక్షణం
రివ్వున దూరమౌతుంది బాణం
వంకరగా ఉండే వారితో
సూటిగా ఉండేవారు స్నేహించగలరా? - 424

93

ఒకప్పుడు నీ కనులు నా చెంపలను
అలా చూస్తూనే ఉండేవి
నేనీనాటికీ అలానే ఉన్నాను
నా చెంపలు కూడా.
నీ కళ్ళు మాత్రం అలా లేవు. - 939

94

వంటింటి పనిలో చేతిమసి ముఖానికంటుకొని
మునుపటికంటె మరింత ఎక్కువగా చందమామను
పోలిన భార్య మోమును చూసి
భర్త ముసిముసినవ్వులు నవ్వుతున్నాడు - 14

గ్రామపరిపాలన

95

అతని బంధువులు శంకించినా
శత్రువులు భయపడినట్లుగానే
ఊరికాపు కొడుకు, చిన్నవాడైనా
గ్రామాన్ని కాపాడటంలో అసమాన్యమైన
ధైర్యసాహసాలు ప్రదర్శించాడు. - 630

96

మరణశయ్యపై ఉన్న ఊరికాపు
తన కొడుకును దగ్గరకు తీసుకొని ఇలా అన్నాడు
“నాయినా! నా పేరు చెప్పుకోవటానికి
సిగ్గుపడేలా ప్రవర్తించకు ఏనాడూ” - 634

97

ఓసి పిచ్చిదానా!
ఆనందంతో గంతులు వేస్తావెందుకూ?
ఇది సిగ్గుపడాల్సిన సందర్భం.
కుస్తీపోటీలో నీ భర్త విజయం సాధించినందుకు
మోగిస్తున్న విజయభేరి
నీ సంసారంలో సుఖం లేకపోవటాన్ని
ఊరంతా చాటింపు వేస్తున్నది. - 68

98

ఊరిపన్నులు వసూలు చేసే అధికారి భార్య
రోజూ ఇచ్చే మధురమైన వంటకాల రుచిమరిగిన
ఆ పాలెకాపుకు
మరే ఇతర తిండి సయించటం లేదు.-605

99

ఓ వటరాజమా!
నీ దట్టమైన ఊడలమధ్య చీకటిని బంధించి ఉంచావు
ఊరి కావలిదారుడు ఎంత కఠినాత్ముడైనా
రసికులకు దిగులే లేదు. - 656

100

అతనితో సుఖించిన క్షణాలు గుర్తుకొచ్చి
నేడు ఈ వానాకాలపు తొలిమబ్బులు చేసే ఉరుములు
ఉరితీయడానికి ముందు మ్రోగించే
డప్పుల మోతలాగ అనిపిస్తున్నాయి - 29

101

వానకు తడిచి కంచెపై కూర్చున్న కాకులు
మురికి ముఖాలతో, సత్తువకోల్పోయిన రెక్కలతో
వేలాడేసిన మెడలతో - 663
కొఱ్రు వేసినట్టు కనిపిస్తున్నాయి - 564

102

తేలు కుట్టిందనే వంకతో
భర్త కళ్ళముందే ఆమెను
తెలివైన చెలులు ఎత్తుకొని తీసుకువెళ్ళి
వైద్యుడైన ప్రియుని ఇంటికి చేర్చారు. - 237

పేదరికం

103

ధరించేందుకు ఒకటే వస్త్రం ఉంది ఆ నిరుపేదకు.
ఉతికినప్పుడు పీలికలైన దాని అంచుల నుండి
జారే నీటి బొట్లు
కన్నీళ్లను తలపిస్తున్నాయి. - 18

104

పొందిన మర్యాదలను
తన పేదరికంవలన
బదులు తీర్చలేని సజ్జనుడు పడే దుఃఖం
అతడిని అవమానించినపుడు కూడా పడడు. 320

105

గర్భం ధరించిన కోడలు పిల్లను
"నీకు ఏం తినాలని ఉందో చెప్పు" అని
పదే పదే అత్తమామలు అడుగుతూంటే
తన అత్తవారింటి పేదరికాన్ని
తన భర్తకు కలిగే సంకట స్థితిని దృష్టిలో ఉంచుకొని
ప్రతీసారి "నీళ్ళు నీళ్ళు" అంటుందామె. -472

106

భర్త చెంతనే ఉన్నా పండుగ వేడుకగా సాగుతున్నా
ఆమె ఆభరణాలు ధరించటానికి సంకోచిస్తోంది.
పరదేశం వెళ్ళిన భర్త కొరకు దుఃఖించే
పొరుగింటి పేద స్నేహితురాలు
బాధపడుతుందని - 39

స్త్రీల వస్త్రధారణ

107

సుందరీ!
నీ ముఖారవిందాన్ని
చీర కొంగుతో కప్పి ఉంచకు
దేన్ని తాకితే ఎక్కువ సుఖమో
దినకరుడినే తేల్చుకోనీ!
నీ ముఖాన్నా, కమలాన్నా అనేది. - 269

108

అందగాడా!
నీవు చంద్రుని అన్ని కళలను చూడాలనుకొంటే
ఆమె రవికను మెల్లమెల్లగా పైకి తొలగిస్తున్నప్పుడు
తన ముఖబింబాన్ని తదేకంగా గమనించు. - 674

109

ఆ యువతి తన చన్నులను
యువకులకు మచ్చుకు చూపించటానికా అన్నట్లు
నీలంరంగు రవికెను కొద్దిగా తీసిన తలుపులా
కొంచెం తెరచి ఉంచింది -622

110

బిగుతైన నీలిరంగు రవికె నుండి
బయటకు ఉబికి వచ్చిన ఆమె గుండ్రని పయోధరం
నీలి మేఘాల వెనుకనుంచి తొంగిచూసే
చంద్రబింబం వలె ఉన్నది. - 395

111

ఈ హెూలీ పండుగ రోజున
రంగులు అద్దిన చన్నులతో
మద్యం ఎక్కువై ఎరుపెక్కిన కళ్ళతో
కలువపూవులు తురుముకొన్న జడతో
మామిడి చివురు దోపుకొన్న కొప్పుతో
ఓ యువతీ!
నువ్వీ గ్రామానికే ఒక శోభ. - 826

(మామిడి పూత యువతీ యువకులు తమ ప్రేమను ప్రకటించటానికి ఒక సంకేతం. యువతులు మామిడిపూతను శిగలో ధరించి తమ సంసిద్ధతను తెలియచేసేవారు. మామూలు రోజులలో స్వైరిణిలను గుర్తుపట్టటానికి అదొక చిహ్నం)

112

పండగ కొరకు దంచుతున్న పిండి ఎగిరిపడి
తెల్లగా మారిన ఆమె చన్నులు రెండూ
కలువపూవు లాంటి ఆమె మొఖం నీడలో
ముడుచుకు కూర్చున్న హంసల్లా ఉన్నాయి - 626

ఆర్థిక లావాదేవీలు

113

బాలకా! తొందరపడకు
భద్రపరచమని ఉంచటానికి ఇది సరైన చోటు కాదు
నాకు తెలిసున్నంతమేరకు
ఇక్కడ దాచుకొన్న హృదయాల్ని
ఎవ్వరూ తిరిగిపొందలేదు - 154

114

ఎవరి ముఖవర్చస్సు దినదినం వృద్ధినొందుతూ ఉంటుందో
తండ్రి అప్పు పుత్రులకు సంక్రమించినట్లు
ఎవరి స్నేహసంపత్తి అప్రయత్నంగా పెరుగుతుందో
అలాంటి వారీ లోకంలో అరుదుగా ఉంటారు. - 113

115

దుస్తులు గాలికి పైకి లేవటంతో
ఆమె తొడలపై ఉన్న పంటిగాట్లు వెల్లడయ్యాయి
వాటిని చూసిన ఆమె తల్లి
గుప్తనిధి దొరికినంత సంబరపడింది - 508

116

భార్య చనిపోవటంతో ఇల్లంతా బోసి పోయింది.
ఒకనాడు వారు రతికేళి జరిపిన చోట్లన్నీ
నిధులను ఎవరో తవ్వుకుపోయినట్లు ఖాళీగా ఉన్నాయి
ఆ రైతు వాటినే తదేకంగా చూస్తూ మౌనంగా దుఃఖిస్తున్నాడు. 373

117

యోధుని భార్య చన్నులవైపు ఆశగా, కోర్కెతో
దొంగచూపులు చూస్తున్నాడా బందిపోటు
గుండ్రంగా నిండుగా సర్పాలచే కాపాడబడుతున్న
లంకెబిందెల్లా ఆకర్షిస్తున్నాయవి - 577

118

ఆమె కుచద్వయం
ప్రేమను దాచుకొన్న
బంగారు లంకెబిందెలు
ఒక్కోదాని పైనా మన్మథుని
తేనెరంగు అధికార ముద్ర. - 813

119

మాఘమాసపు చలిసమయాలలో
పొగలేకుండా వెచ్చదనాన్ని ఇచ్చే
తన భార్య ఎత్తైన చన్నులను నమ్ముకొని
ఆ రైతు తన కంబళిని ఇచ్చేసి
ఎద్దును బదులుగా పుచ్చుకొన్నాడు 238

120

అతను లేకపోవటం కన్నా
ఇక్కడ నేను పడ్డ దురవస్థ కన్నా
తను ఏ ప్రయోజనమూ సాధించకుండా
తిరిగి రావటమే నన్నెక్కువ బాధిస్తున్నది -76

భౌగోళికత

సప్తశతి గాథలలో గోదావరి, తపతి, నర్మద/రేవా వంటి నదులు, వింధ్యపర్వతాల యొక్క ప్రస్తావనలు విరివిగా ఉండటాన్ని బట్టి ఈ గాథలు నేటి మధ్యప్రదేశ్, గుజరాతు, మహారాష్ట్ర, తెలంగాణ, ఆంధ్రప్రదేశ్, కర్ణాటక రాష్ట్రాలకు చెందినవిగా గుర్తించవచ్చు.

121

కారుచిచ్చువల్ల నల్లబడ్డ వింధ్యపర్వత శ్రేణి
తెల్లని మబ్బులతో కలసి
క్షీరసాగరమథన సమయంలో
ఎగిసిపడిన పాలతుంపరలు పడ్డ విష్ణుమూర్తిలా ఉన్నది. - 117

122

వింధ్యపర్వత శిఖరములపైకెక్కి చేసిన యుద్ధములో
క్షతగాత్రుడై ఇంటికి తిరిగి వచ్చిన సంగతి ఎవరూ మాట్లాడకండి
గ్రామ పెద్దకు ఇంకా ఊపిరాడుతోంది
ఆ మాట వింటే అవమాన భారంతో ప్రాణాలు వదిలేస్తాడు.- 731

123

ఒప్పుకొంటాను
ఇతర నదులకు కూడా మెత్తని తీరాలు, పక్షుల కూజితాలు
ఇరువైపులా పొడవైన గుబురు వనాలు, చల్లని నీళ్ళు
అన్నీ ఉండొచ్చు కానీ రేవా నది అందాలు వేరే! -678

124

ఓసీ నర్మదా!
ఈ రోజు నీవు నీ ప్రియుడైన వరదప్రవాహంతో కూడి
వెదురుపొదలలో నిర్లజ్జగా ఆడిన సరసాలను
నీ భర్త అయిన సముద్రునితో చెబుతాను. - 760

125

గోదావరి రేవు మెట్లు ఎగుడుదిగుడుగా ఉన్నాయనే సాకుతో
ఆమె అతని ఛాతీకి అతుక్కుపోయింది
అతనుకూడా నిజంగా అదే ఉద్దేశంతో
ఆమెను బలంగా కౌగిలించుకొన్నాడు - 193

126

పిచ్చిపిల్లా!
యవ్వనం వరదపొంగులాంటిది
పగళ్ళు పరుగులు పెడతాయి
రాత్రులు తిరిగిరావు
ఎందుకు నీకీ పెంకి అలక? - 45

127

వరదలో కొట్టుకుపోతున్న
చెట్టుకొమ్మ చివరన గూటిలో ఉన్న తన పిల్లలను
కాపాడాలని వరదను వెంబడిస్తోంది తల్లి కాకి. - 202

❖❖❖

గౌడవహో[5]

గౌడవహో (CE 727-731) వాక్పతిరాజు రచించిన ప్రాకృత కావ్యం. కన్యాకుబ్జ రాజు యశోవర్మ, గౌడరాజుపై యుద్ధం చేసి అతడిని వధించటం గౌడవహో కావ్యవృత్తాంతం.

1

యజ్ఞగుండం నుంచి పైకి లేచిన
లతలవంటి మెలికలు తిరిగిన నల్లని పొగ
స్వర్గలోకంలోని ఇంద్రుని ఐరావతం చెక్కిళ్ళనుండి
క్రిందికి స్రవించే నల్లని మదజల చారిక వలె ఉన్నది.-1093

2

లక్ష్మి కటాక్షం లవలేశమంత చాలు
గౌరవానందాలు పొందటానికి
సరస్వతీ కటాక్షంలో కించిత్ లోటున్నా
నవ్వుల పాలు కావల్సిందే - 68

3

ప్రాకృతభాషలోని అద్భుతసౌందర్యాన్ని
తృణీకరించే వారి పట్ల
మేము జాలిపడతాం, నవ్వుకొంటాం
తప్ప బాధపడం
గొప్ప కవిత్వాన్ని విస్మరిస్తున్నందుకు
మేమెందుకు దుఃఖపడాలి? - 95

4

పూర్వకవులు అన్నీ రాసేసారు ఇంక
ఆధునిక కవికి వస్తువు ఎక్కడుందీ- అంటారు కానీ
పాత కొత్తల సరిహద్దులు చెరిపేసి,
ఊహాశాలితను పెంచుకొంటే
ప్రతి వస్తువూ కొత్తగా కనిపించదూ! - 85

5

అన్ని భాషలూ
ప్రాకృతంలోకలిసి దానిలోంచే ఉదయిస్తాయి
నీరు సముద్రంలో కలిసి
మరలా దానినుంచే బయటకు ప్రవహించినట్లు - 93

(యశోవర్మ పట్టాభిషేకం తరువాత దిగ్విజయ యాత్రకు బయలుదేరినపుడు రాజు గొప్పతనాన్ని అనేక గాథలలో వర్ణించాడు కవి.)

6

ముత్యాలకొరకు ఏనుగు కుంభస్థలాలను
చీల్చిన ఆ ఖడ్గం
లక్ష్మీదేవి నివాసమైన మృణాలము వలె ఉన్నది - 219

(ఏనుగు కుంభస్థలంలో ఉండే ముత్యాలను (Round Calcarious Deposits) సంపాదించటం వీరత్వానికి కవి సమయం)

7

శత్రువుల కవచాలను ఆ ఖడ్గం ఛేదిస్తున్నప్పుడు
నీలిరంగు మెరుపులు వస్తున్నాయి
దివి నుండి భువికి వచ్చే తొందరలో లక్ష్మీదేవి
తన భర్త నీలమేఘశ్యాముని దేహవర్ణాన్ని
పొరపాటున ధరించి ఉంటుంది - 252

8

భూమిపై నాటుకొన్న రాజాశ్వపు గిట్టల ముద్రలు
భూపతి తన ప్రియురాలికి చేసిన
నఖక్షతాల వలె ఉన్నాయి - 256

9

కొండగాలికి పగుళ్ళుతీసిన అడవి తాటిచెట్ల
నుండి కారిన కల్లు చేతులకు అంటుకోగా
వాటిని పదేపదే నాక్కొంటున్నాయి కోతులు పిచ్చిపట్టినట్లు-633

10

ఈ అందమైన వేసవి సాయంత్రపు పూట
పొదవాటి నీడలు పడి పచ్చికలు,
నగరం నుండి తిరిగొచ్చే గొల్లకాంతలు పాడే పాటలతో
అడవి అంచున సాగే బాట
చల్లబడుతున్నాయి -644

11

దివాకరుని కిరణాలతో అల్లి
రెండుకొండల నడుమ వేలాడదీసిన
ఊయలపై ఊగుతూ ఆనందిస్తోంది
దివసలక్ష్మి -1081

యశోవర్మ తన జైత్రయాత్రలో వింధ్యను దాటే క్రమంలో వింధ్యవాసినిని పూజించి ముందుకు సాగుతాడు. ఆ సందర్భంలో వింధ్యవాసిని గురించి కొన్ని గాథలు ఇలా....

12

అర్ధనారీశ్వరుని దేహంలో నీవుండేది
సగ భాగమే కావొచ్చు కానీ
హృదయంలో మాత్రం నీవే పూర్తిగా నిండి ఉన్నావు -292

13

ఇక్కడే కొలువున్న కార్తికేయుని వాహనమైన
మయూరంపై ఆరాధనా భావంతో
అడవి నెమలులు ఈ ఆలయప్రాంగణాన్ని
విడిచి వెళ్ళటం లేదు. - 299

14

భక్తుడెవరో నీకు రక్తమోడే ఖండిత శిరస్సును
గుప్పెడు బియ్యం గింజలను సమర్పించినట్లుగా
రాత్రిదేవత నీకు అస్తమించే సూర్యబింబాన్ని
మిణుకుమనే నక్షత్రాలను సమర్పించుకొంటోంది. - 307

15

గ్రామాల్లో జాతరల సందడి మరుపురానిది
పిల్లలు కొత్తబట్టలు ధరిస్తారు
స్త్రీలు రంగురంగు చీరల్లో ముస్తాబౌతారు
పేదరైతులు మాత్రం ఉత్సాహం చూపలేరు - 598

యశోవర్మ దిగ్విజయయాత్రలో ధ్వంసం చేయబడిన ఇళ్ళు, నగరాలు, వీధులు ఎలా ఉన్నాయో, ఒక రాజు ఓడిపోతే అవి ఎలా శిథిలమౌతాయో కళ్లకుకట్టినట్లు వర్ణించాడు వాక్పతిరాజు. - 659-688 గాథలలో.

ఓడిపోయిన నగరాలు రంగులుకోల్పోయిన ఇంద్రధనస్సు లాగ ఉన్నాయి
ఉద్యానవనాలు దట్టమైన కీకారణ్యాలుగా మారిపోయాయి.
చెట్లకు కట్టిన ఊయలలు తాళ్ళు తెగి కొమ్మలకు వేలాడుతున్నాయి.
స్త్రీల అలంకరణ పూలకొరకు మొగ్గలుగా చిదమబడిన పూలలతలు నేడు పువ్వులు, కాయలు, పండ్లు విరగకాస్తున్నాయి.
పైకప్పు లేని ఒకనాటి భవనాలు ఎత్తైన మొండిగోడలతో నీరు లేని నూతులవలె అగుపిస్తున్నాయి.
రత్నాలను రాశులుగా పోసి అమ్మిన విపణివీధులలో నేడు గతవైభవాన్ని గుర్తుచేస్తూ మణులుధరించిన నాగుపాములు సంచరిస్తున్నాయి
ఊరివెలుపల పాతరాజుల విజయచిహ్నాలు కూలిపోయి, పాడిగారాలుతున్న

వాటి ఎర్రని ఇటుకల మధ్య తొండలు తిరుగుతున్నాయి
ఎత్తైన స్తంభాలకు వేలాడే గంటలు చేతికి అందవుకనుక చెక్కుచెదరలేదు
వీథులలో పేర్చిన రాళ్ళు ఇంకా దృఢంగా, ఏ అరుగుదలా లేకుండా, గత వైభవపు పొడవు వెడల్పులను చాటిచెబుతున్నాయి
కొలనులు, దేవాలయాలు మట్టితో కప్పబడి నేల ఎగుడు దిగుళ్లుగా మిగిలిపోయాయి
నీటిని తోడే జలయంత్రపు ఇనుప కమ్మిలు లేవు, కొయ్యలు శిథిలమయ్యాయి

వజ్జాలగ్గము[6]

వజ్జాలగ్గము అనేది గాథాసప్తశతి లానే అందమైన ప్రాకృత గాథల సమాహారం. ఈ సంకలనంలోని గాథలను CE 750-1337 మధ్య కాలంలో జయవల్లభుడు సేకరించాడు.

1

మంచి వ్యక్తికి కోపంరాదు,
వచ్చినా మనసులో చెడు తలపులు పెట్టుకోడు
పెట్టుకొన్నా వాటిని ఎన్నడూ వ్యక్తం చేయడు
ఒకవేళ చేసినా, ఆ పనికి సిగ్గుపడిపోతాడు -34

2

దారిద్ర్యమా!
నీవల్ల కలిగే కష్టాలను, ఇక్కట్లను
ఆత్మగౌరవం కలిగినవారు సాధారణంగా
బయటపడనీయరు.
బంధువులు వచ్చినప్పుడో పండుగ రోజునో
విపత్తు సమయాలలోనో
అవే బయటపడిపోతుంటాయి. -138

3

దారిద్ర్యమా!
నీకు వందనాలు.
నీవు చేసిన మేలు వలన
నేను ఎవరికీ కనిపించకపోయినా
అందరూ నాకు కనిపిస్తున్నారు -140

4

ఆ వీరుడు
కాళ్ళకు అడ్డంపడుతున్న తన పేగుల్ని తప్పించుకొంటూ
ఒక చేత ఖడ్గం ధరించి మరో చేత్తో
వాలిపోతున్న శిరస్సును పైకెత్తి నిలుపుకొంటూ
మీదపడే శత్రువులపై ఎదురుదాడి చేస్తున్నాడు - 167

5

యుద్ధభూమిలో
యజమాని పక్కనే నేలకొరిగిన యోధుడు
రాబందులు తనపేగుల్ని బయటకు పీకుతున్నప్పటికీ
వాటి రెక్కల కదలికలవల్ల తన స్వామి మొఖానికి గాలి తగిలి
అతనికి మెలకువ వస్తే బాగుణ్ణని కోరుకొంటున్నాడు-177

6

సరస్సులో జలకాలాడుతున్నప్పుడు
తొండంతో సుతారంగా తెంపిన తామరతూడుతో
ఆడ ఏనుగు తనను మెత్తగా తట్టటం
శృంఖలాలతో బంధించబడిన ఏనుగుకు ఇంకా గుర్తు -191

7

ఓ గజరాజమా!
నీవు స్వేచ్ఛగా ఉన్నప్పుడు తినిన
గంధపు చెట్ల ఆకుల గురించి ఆలోచిస్తూ
చింతించకు.
నీ యజమాని ఇప్పుడు అందించిన ఎండుగడ్డిని
అంగీకరించు
ఉన్నతులు విధి వైపరీత్యాలను
తమను తాము మెరుగుపరచుకోవటానికి వాడుకొంటారు. -192

8

విపరీతమైన ఆకలి బాధిస్తున్నప్పటికీ
దూరమైన తన తోడు గుర్తుకు రావటంతో
తొండం చివర పచ్చని తామరతూడులు
అలా నిశ్చలంగా నిలిచిపోయాయి -196

9

ఓ హంసరాజమా!
స్వర్ణపద్మాలు, మంచిముత్యాలతో నిండిన
పవిత్ర మానససరోవరాన్ని విడిచిపెట్టి
ఊరికాలువలో వసిస్తున్నందుకు
సిగ్గుతో నీవింకా చచ్చిపోలేదేమి? -261

10

వింటిని చెక్కగా వచ్చిన పేళ్ళు
గాలికి సుడులు తిరుగుతూ
పైకి లేచిన దృశ్యం విజయపతాకంలా
ఆ వేటగాని భార్యకు పట్టిన అదృష్టాన్ని
అందరకూ చాటుతోంది. -207

11

సవతులంతా ఏనుగు కుంభస్థలాలలో
దొరికే ముత్యాలతో అల్లిన హారాలను ధరించగా
వేటగాని పడుచుభార్య నెమలి ఈకలు ధరించి
వారి మధ్య గర్వంగా నడుస్తోంది. -212

12

ఆడ ఏనుగుల మంద
వేటగాని భార్య వక్షోజాలతో
"మీ దయ వల్ల మాకు వైధవ్యం సంక్రమించటం లేదు.
మీ కివే మా వందనాలు" అన్నది. - 211

13

ఓ వేటగాడా!
ఒక బాణం సరిపోతుంది కదా
ఎందుకు పొదిలోంచి మరొకటి తీస్తున్నావు
మా ఇరుదేహాలలో ఉండేది ఒకే ప్రాణం -217

14

బాణం తగిలిన వృద్ధ హరిణం
భుజాలు ఎగవేస్తూ ఇలా అంటోంది
"గానం ఆపకు... పాడు
నా గొంతులో జీవం ఉన్నంతవరకూ
పాడుతూనే ఉండు" -218

(జింకలు గానానికి మోహపడతాయని ఆ మోహం వాటిని వేటగాడికి దొరికిపోయేలా చేస్తుందని కవిసమయం)

15

దూరదేశం నుంచి తిరిగొచ్చిన ప్రియుడు
నన్ను మోహావేశంతో ముద్దులాడుతూ
"అంతా బాగానే ఉంది కదా" అంటూ
అడిగిన రోజులు గొప్పవి
నా ప్రియుడు చెప్పాపెట్టకుండా
వచ్చిన రోజు ధన్యమైనది
మధువు నిండిన ఆ రాత్రి పవిత్రమైనది -784

16

అందరూ తృప్తిగా భోంచేసాకా మిగిలినవి
ఆమె తింటుంది
సేవకులతో సహా అందరూ నిదురించాక
ఆమె నిద్రకుపక్రమించి
అందరికన్నా ముందరగా నిద్రలేస్తుంది
ఆమె ఇంటి ఇల్లాలు కాదు ఆ గృహ లక్ష్మి -455)

17

ఇంటికి చుట్టాలొచ్చినప్పుడు ఆ ఇల్లాలు
చేతి గాజులమ్మి తన పేద భర్తకు
గౌరవభంగం కలగకుండా చూసిందట.
ఆమె ఔదార్యానికి ఊరు ఊరంతా కన్నీరు పెట్టుకొంది - 458

18

గుణమే మిన్న అని నమ్మే పేదమగని పరువు నిలపటం కొరకు
ఆడంబరాలు, పటాటోపం ప్రదర్శించే తన పుట్టింటివారితో
కోరి కలహాలు పెట్టుకొని తెగతెంపులు చేసుకొందట
ఆ ఉత్తమ ఇల్లాలు. -462

19

పిల్లలందరూ భోజనాలు చేసాకా
మిగిలిన ఆహారపదార్ధాలను
తనకు ఆకలిగా ఉన్నప్పటికీ
ఆ ఇల్లాలు యాచకులకు భిక్షంగా వేస్తోంది
కుటుంబగౌరవం నిలబెట్టటం కొరకు -461

20

చక్కగా చూర్ణం చేసి సరైన పాళ్ళలో కలిపి
సిరా తయారు చేయటం నీకు రాదు
లేఖినిని సరిగ్గా పట్టుకోలేకపోతున్నావు
తప్పులు రాస్తున్నావు
మూర్ఖుడా! నీవు ప్రజ్ఞకలిగిన లిపికారుడవు కాదు
అందమైన పత్రాలను పాడుచేసేలా ఉన్నావు
నీవింక దయచేయి. -508

21

జ్యోతిష్కుడు బలపాన్ని చేత ధరించి
నగరవీథుల్లో సంచరిస్తున్నాడు,
అతనికి గ్రహగతులన్నీ తెలుసు
ఎవరైనా తమ గ్రహచారం అడిగితే
అతను లెక్కించి చెబుతాడు. - 497

22

ఓ అదృష్టవంతుడా!
నీవిచ్చిన పూలదండ వాడి ఎండిపోయినా
ఆమె ఇంకా దాన్ని ధరించే ఉంది
పాడువడిన గుడిలో దేవతలా - 432

23

పెద్ద పెద్ద భవనాలు,
బురుజులు, కోటగోడలు వలన
నగరం నగరం కాలేదు.
తెలివైన వారు నివసించే
పల్లెటూరు కూడా నగరమే. - 270

24

దూరం నించి గాజుల గలగలలు,
కాలి అందెల సవ్వడులు
క్రమక్రమంగా తీవ్రమౌతున్నాయి.
ఎవరో అదృష్టవంతుని ఇంట్లో
ఎవరో ఓ స్త్రీ మగాడి పాత్ర పోషిస్తున్నట్లుంది - 321

కువలయమాల[7]

కువలయమాల ఉద్యోతన సూరి అనే జైనాచార్యుడు CE 779లో ప్రాకృత భాషలో వ్రాసిన కావ్యం పేరు. కువలయమాల అంటే 'నీలి కలువల మాల అని అర్థం.

1

పాలితుడు, శాతవాహనుడు, చప్పన్నయ రచనలు
సింహగర్జనల వలె ఉంటాయి
నేనో జింకపిల్లను
ఒక్క అడుగు ముందుకు ఎలా పడుతుంది? - 6

2

మామిడి చెట్లు
వసంతఋతువును వీపున మోసుకెళ్ళే
ఏనుగుల్లా ఉన్నాయి
కోయిలలు తీయగా గానం చేస్తున్నాయి
యువకులు ఆటలాడుతూ అరుస్తున్నారు
యువతులు పాటలు పాడుతున్నారు
దూతికలు వార్తలు అటూ ఇటూ చేరవేస్తున్నారు
మాధవీలత పరిమళాలను చిమ్ముతోంది
ఊరంతా వసంతకాల శోభను దిద్దుకొంది - 200-202

3

సూర్యాస్తమయం తరువాత
రాత్రి కాంత సూర్యుడిని అనుసరించింది
సాయంత్రంతో
అతను ప్రేమగా ఉన్నందుకు అసూయతో
ఆమె మోము నల్లగా మారిపోయింది
నక్షత్రాలు ఆమె దేహంపై
చెమటచుక్కల్లా మెరుస్తున్నాయి
కొన్ని ప్రకాశవంతమైన నక్షత్రాలు
ఆమె కళ్లలా తళుక్కుమంటున్నాయి
రతిసౌఖ్యంలో అలసిపోయిన రాత్రికాంత
తూర్పునుంచి వస్తూన్న
సంధ్యకాంతను చూసి అదృశ్యమైంది. - 38

4

రేవానదీతీరంపై దట్టమైన వింధ్యాటవి
పాండవమధ్యముడి సైనికులు బారులు తీరినట్లు
అర్జునవృక్షాల వరుసలు
వందల కొలదీ తటాకాలు, వాటిలో నీటి పక్షులు
భయంగొలిపే నక్కల ఊళలు
నగరభవనాల్ని తలపించే ఎత్తైన శాల వృక్షాలు
జింకలను వేటాడే సింహాలు
పండ్లు, కాయలను సేకరించే పుళిందస్త్రీలు
నాట్యం చేసే నెమలులు
ఝుంకరించే తుమ్మెదలు
చమరీమృగాలు అడవికే శోభాయమానంగా ఉన్నాయి
పుళింద యువకులు వేటాడుతున్నారు - 62

లీలావాయీ[8]

1

శరదృతు సాయంత్రపువేళ
చీకటి అనే ఏనుగుకుంభస్థలాన్ని
వెన్నెల కిరణాలనే పంజాతో చంద్రసింహం చీల్చగా
నక్షత్రాలనే ముత్యాలు రాలి చెల్లాచెదురయ్యాయి - 23

2

సజ్జనుల సాంగత్యంలో ఉన్నప్పటికీ
దుర్జనుడు తన చెడు స్వభావాన్ని మార్చుకోడు
ప్రకాశవంతంగా ఉండే చందమామపై
జింకగుర్తు ఇంకా చీకటిగానే ఉంటుంది - 16

3

గోదావరిలో ప్రతీరోజు స్నానం చేసే స్త్రీలు
దేహంపై పూసుకొన్న పసుపు చందనాలు కరిగి
ప్రవహించినంత మేరా
నదీజలాలు పసుపుదేరుతున్నాయి - 61

4

అతను తన పరాక్రమంతో
విరోధులనందరినీ జయించి
ప్రపంచ విజేతగా నిలిచాడు
అతని వీపును శత్రువులెవరూ చూడలేదు
చంద్రుని వెనుకవైపు ఎవరూ చూడనట్లే – 69

5

"రాజా, శిశిరమా! నీవింక దయచేయి
వసంతరాజు ఈ రాజ్యాన్ని జయించాడు"
అనే అక్షరాలు రాసిన రాజ పత్రాన్ని
ప్రకటిస్తున్న దానిలా
మామిడిపూతను ముక్కున కరచిన రామచిలుక
సందడిగా తిరుగుతోంది. – 74

6

మెడలు సారించి తామర తూడులను
ఒకరి నోటిలోకి ఒకరు అందించుకొంటున్న
జంట హంసల చిత్తరువును
నీ మెత్తని పాదాలపై ఎవరు చిత్రించారు? -99

సేతుబంధ[9]

సేతుబంధ అయిదోశతాబ్దానికి చెందిన ప్రాకృత కావ్యం దీనికే రావణ వధ అనే పేరు కూడా ఉంది.

1

జలపాతాల నవ్వులహెూరు,
మత్తెక్కించే పొగడపూల సువాసనల మధ్యా
సహ్యాద్రి పర్వతాలశ్రేణులపై మబ్బులు
తీరిగ్గా విశ్రాంతి తీసుకొంటున్నాయి - 1.56

2

వానరులు లేపిన ధూళిలో చిక్కుకొని
అస్తమిస్తూన్న సూర్యుడు, రావణుడు
కాంతివిహీనమై, ముంచుకొచ్చే వినాశనంతో,
ఒకేలా ఉన్నారు - 10.12

3

తోడుగా వచ్చిన సూర్యుడు క్రిందికి జారిపోవటంతో
మిగిలిన కొద్దిపాటి వెలుగు పర్వతసానువుల మధ్య తప్పిపోవటంతో
భూమిని విడిచి ఆకాశంలో ఎత్తులకు ఎగసిన దివసం
క్షీణించి మెల్లమెల్లగా అంతర్ధానమౌతోంది -10.13

4

చెల్లాచెదురుగా పడి ఉన్న సాయంత్రపు తునకల మధ్య
పెంజీకట్లను తప్పించుకొంటూ
దశదిశలను వివర్ణం చేస్తోన్న నీడలు
పొడవుగా పలుచబడి అలసిపోయాయి 21

5

ఆకాశసుందరి బరువైన మేఘములనెడి కుచములపై
వర్షఋతు చెలికాడు చేసిన నఖక్షతం వలే ఉన్నది
ఇంద్రధనస్సు 1.24

6

వంతెన కట్టటం పూర్తయ్యాక
బాధ, నిట్టూర్పులు, నిద్రలేమి, కాంతిహీనత, అలసట
అన్నీ రాముడి నుండి రావణుడికి మారాయి

7

ఎర్రని సాయంసంధ్యలో
మునిగిపోతున్న సూర్యుడు
రక్తం చిమ్ముతూ రాలిపడ్డ
రావణుని శిరస్సులా కనిపిస్తున్నాడు -10.1

అమరు శతకం[10]

అమరు శతకం సంస్కృత వాఙ్మయంలో ప్రముఖమైనది. అమరుశతకం అమరు/ అమరుక కవి రచన అని ప్రతీతి. ఆదిశంకరాచార్యుడు రచించాడని మరొక కథనం కలదు. అమరుశతకం CE 750 నాటిదని సమకాలీన రచనల ఆధారంగా పండితులు నిర్ధారించారు.

ఈ పద్యాలు సప్తశతి గాథలవలె రమ్యమైన చిన్న చిన్న సంఘటనలు, సంభాషణలు.

1

రాత్రివేళ ఆలుమగలు
మాట్లాడుకొన్న మాటల్ని విన్న రామచిలుక
ఉదయాన్నే అందరిఎదుటా వాటిని వల్లెవేస్తుంటే
సిగ్గుతో బెదిరిపోయిన కొత్తకోడలు
చిలుకనోరు మూయించటానికి
చెవిపోగులోని కెంపును తొలగించి
"దానిమ్మగింజ ఇదిగో తిను" అని అందిస్తోంది
ఏంచేయాలో తెలీక. -12

2

లేతపెదవిని కొరకగా కోపంతో
"ఎంత ధైర్యం నీకు" అంటూ
ద్రాక్షలతల్లాంటి కనుబొమల్ని ముడివేసి
తర్జని ఆడిస్తూ కీచుగొంతుకతో హెచ్చరించే
కోడెవయసు చిన్నదాని నుండి
దొంగిలించిన ముద్దే అమృతం

సాగరాన్ని మథించిన దేవతలు
ఉత్త వెర్రివాళ్ళు - 04

3

ఒక గంటలో తిరిగి వస్తారా
మధ్యాహ్నానికి
పోనీ ఆ తరువాతా
ఈ రోజే ఏదో ఓ సమయానికి ... లాంటి మాటలతో
నీరునిండిన కళ్ళతో ఆ కొత్తపెళ్ళికూతురు
భర్త చేయాల్సిన వందరోజుల దూరదేశ ప్రయాణాన్ని
కొద్దిసేపు ఆపగలిగింది. -13

4

తన ఇద్దరు ప్రియురాళ్ళు ఒకే చోట కూర్చోవటం గమనించిన టక్కరి చెలికాడు, మెల్లగా వారి వెనుక చేరి, ఒకరి కనులను చేతులతో మూసి, మరొకరి చెక్కిలిని చుంబించాడు. తీవ్రమైన మోహతరంగమేదో రహస్యదరహాసంలా ఆమె చెక్కిలిని తాకింది -18

5

మంచానికి చెరోవైపుకు
తిరిగి పడుకొన్నారు
విరహపు వేదనని
నిశ్శబ్దంగా ఓర్చుకొంటున్నారు
లోలోపల రాజీచేసుకోవాలనే ఉంది ఇద్దరికీ కానీ
ఎక్కడ చులకనౌతామేమోనని సంకోచిస్తున్నారు
కడకంటి దొంగచూపులు కలుసుకొన్నాయి
అప్రయత్నంగా పెదాలపై నవ్వు మొలచింది
ఒఖ్క గాఢాలింగనంతో
కలహం ముగిసిపోయింది. -21

6

నా ఆభరణాలు నన్ను విడిచిపోయాయి
ప్రియమైన స్నేహితులు ఒక్కొక్కరూ తరలిపోయారు
కన్నీళ్ళు శాశ్వతంగా దూరమైనాయి
తొట్టతొలిగా వెళిపోయింది నా ధైర్యం
ఆ వెనుకే నా హృదయం
నా ప్రియుడు నన్ను విడిచి వెళిపోతాడన్న వార్త తెలియగానే
ఇవన్నీ నన్ను వదిలి వెళ్ళి పోయాయి.

ఓ నా ప్రాణమా!
నీవెందుకు ఆలస్యం చేస్తున్నావు?
నువ్వూ వెళ్ళవచ్చు ఇక! - 31

7

భర్త దూరదేశాలకు వెళుతుంటే
అతన్ని ప్రయాణం నుంచి విరమింపచేయాలని
తృప్తిచెందని స్త్రీలు ఏడుస్తారు,
కాళ్లపై పడతారు,
మూర్ఛలు పోతారు కూడా
చెలికాడా!
నేనలా కాదు.
ధైర్యవంతురాలను

నీకు శుభాభినందనలు
అంతా మంగళప్రదమౌగాక.
మన ప్రేమకు ఏది అర్థమో దాన్నే చేస్తాను ఇకపై
నువ్వు వింటావు లే త్వరలో - 52

8

సాయం సంధ్యవేళ చీకట్లు ముసుకొంటున్నప్పుడు
ఒక ప్రోషిత పతిక కనుచూపుమేర పరచుకొన్న
ఖాళీ వీధిని చివరిసారిగా చూసి నిట్టూర్చి
ఇంటి లోపలకు భారంగా అడుగిడింది.
ఏమో ఈ క్షణమే అతను రావచ్చును కదా అనుకొని
వెనుతిరిగి మరలా ఖాళీ వీధివైపు చూసింది.   -91

9

నాపై కోపం వస్తే ఇక కోపాన్నే ప్రేమించుకో, నన్ను కాదు
కానీ
నేనిచ్చిన ముద్దులన్నీ తిరిగి ఇచ్చేయి
నా కౌగిలింతల్ని
వడ్డితో సహా లెక్కగట్టి చెల్లించు

10

చనులపైన చందన పూత చెదిరినదేమి
పెదవుల కెంజాయ మాసినదేమి
కనుల కాటుక కరగిపోయినదేమి
నీ దేహంపై ఆ చిరుచెమట ఏమి
బావివద్దకు స్నానమాడ వెళ్ళాను
ఆ ద్రోహి వద్దకు కాదు, అంటావు అంతే కదా!. -61

(ప్రియునివద్దకు రాయభారానికి పంపిన దూతిక అతనితో సుఖించి రావటం గమనించి వ్యంగ్యంగా తిట్టటం)

11

“కోమలాంగీ!
మౌనం వీడు, మాట్లాడు
నీ పాదాలను తాకుతూ నీముందు సాగిల పడి
ఎలా అభ్యర్థిస్తున్నానో చూడు
నీ కోపం ఏనాడూ ఇంత తీవ్రంగా లేదు” అన్నాడు అతను
ఆమె కనులు మూసుకొంది
కొన్ని కన్నీటిబిందువులు జలజలా నేలరాలాయి
అయినప్పటికీ మౌనం వీడలేదు. - 34

12

మైదానాలు నదులు అడవులు కొండలకు అవతల
తన భార్య ఎక్కడో సుదూరంగా ఉన్నదన్న సంగతి తెలిసినా
ఆ బాటసారి కాలి మునివేళ్ళపై నిల్చొని
ఆమె నివసిస్తున్న ఊరి దిక్కుగా
కన్నీరు నిండిన కనులతో
తదేకంగా చూస్తున్నాడు. - 92

13

స్తనద్వయంతో ముత్యాలహారం సాగిస్తోన్న గుసగుసలు
జఘనంపై మణిమేఖల గలగలలు
రత్నాలు పొదిగిన అందెలు పలికే రవళులు
మొత్తం మీద నీ ప్రియుని కలవటానికి
పెద్ద వాద్యబృందాన్ని వెంటవేసుకొని బయలుదేరావు.
మరెందుకు అలా నీడ అల్లాడితేనే ఒణికిపోతున్నావు -29

14

చెదిరిన జుత్తుతో
ఎగసిపడుతోన్న కర్ణాభరణాలతో
చెమటచే నుదుటిపై కరిగిన కుంకుమతో
రతికేళిలో అలసివాలిన కన్నులతో శోభిల్లే
ఆమె మోము మిమ్ము కాపాడుగాక!
బ్రహ్మ, విష్ణు, మహేశ్వరులు ఎవరికి కావాలిప్పుడు? -3

(Erotic Poems from the Sanskrit Edited and Translated by R. Parthasarathy (2017) పుస్తకంలో ఈ పద్యం Who needs Gods? అనే శీర్షికతో ఉంది. మన పూర్వీకులు సెక్స్‌ని టాబూలా చూడలేదు. శృంగారం ఇచ్చే ఆనందపు ecstasy లో దేవుళ్ళ ఉనికినే ప్రశ్నార్థకం చేయటానికీ వెనుకాడలేదు. ఇలాంటి భావాలను వ్యక్తీకరించే అనేక గాథలు మన ప్రాచీన సాహిత్యంలో లభిస్తాయి. వీటిని మన సమాజపు CULTURAL MEMORY గా స్వీకరించాలి)

15

అతన్ని చూడాలని నా శిరస్సు అతనివైపు తిరిగినపుడు
నేను కనులు దించుకొని నేలచూపులు చూసాను
నా చెవులు అతని మాటలు వినాలని ఉవ్విళ్ళూరినపుడు
బలవంతంగా వాటిని మూసుకొన్నాను.
అతనిని చూసి ఎర్రబారి, చెమ్మగిల్లిన చెక్కిళ్ళను
రెండుచేతులతో కప్పి వేసాను.
కానీ, నా రవిక వందచోట్ల పికిలిపోయినపుడు
ఏం చేయాలి? చెలులారా చెప్పండి. -12

16

వణుకుతున్న చేతులతో దుస్తులను అందుకోవటం
నలిగినపూలచెండుని దీపపుసెమ్మె వైపుకు విసిరేయటం
సిగ్గుతో ముడుచుకుపోయి
నవ్వుతూ మగని కనులను మూయటం
రత్యనంతర ఈ మనోహర దృశ్యం
అతన్ని మరింత పరవశింపచేస్తుంది. -89

17

ఒక యువజంట
సుదీర్ఘ విరహానంతరం కలుసుకొన్నారు
కబుర్లలో పడిన వారికి
ఈ ప్రపంచం కొత్త అందాలతో తోస్తోంది
మాటల మధ్య పొడవైన పగలు ఇట్టే గడిచిపోయింది
రాత్రయింది
మాటలు కట్టిపెట్టి చేతలలోకి దిగారు ఇక. -39

18

వారిరువురూ కలిసి మధువు త్రావి క్రీడించారు
ఆ సమయంలో ఆమె అతనిని గోళ్ళతో గిచ్చింది
రత్యనంతరం మత్తు దిగాక ఆ నఖక్షతాలను చూసి
ఎవతో సవితి చేసి ఉంటుందనే అనుమానం కలిగి అసూయతో
కోపంగా ఆమె లేచి వెళ్లిపోవటానికి సిద్ధపడగా - అతను
ఆమె కొంగుపట్టుకొని దగ్గరకు లాక్కొని
"ఎక్కడకు వెళతావూ?" అంటూ ప్రశ్నించినపుడు
కనుల నీరు నించుకొని, క్రిందిపెదవి అదరుచుండగా
ఆమె పలికిన పలుకులు ఎవరు మరచిపోగలరు? -47

19

ఈ చీకటిలో అర్ధరాత్రిపూట ఎక్కడకు బయలుదేరావు?
నా ప్రియుని వద్దకు.
ఒంటరిగా ప్రయాణించటం భయంగా లేదా?
భయం ఎందుకు? బాణములు ధరించిన
మన్మథుడు తోడు ఉన్నాడుగా! -68

20

ఇల్లు సద్దుమణిగాకా
మెల్లగా మంచం నుండి లెగిసిన నవవధువు
భర్త మొఖాన్ని తేరిపారా చాలాసేపు చూసింది
పెదవులతో అతని బుగ్గలపై ముద్దులు పెట్టింది
దొంగనిద్ర నటిస్తున్న భర్త కనులు తెరచి
సిగ్గుతో దించుకొన్న ఆమె మొఖాన్ని చేతుల్లోకి తీసుకొని
గాఢంగా చుంబించాడు -74

ఋతువర్ణనలు[11]

భిన్న ప్రాచీన కావ్యాలలోని ఋతువర్ణనల కూర్పు ఇది.

గ్రీష్మఋతువు

వేసవి కాలం అంటే తాళలేని వేడిమి, గాడ్పులు, ఎండి శుష్కించిన వృక్షజాలం, అడవులను దహించే కార్చిచ్చులతో పాటు అహ్లాదాన్నిచ్చే సాయంత్రాలు, వెన్నెల రాత్రులు, మరులు రేపే జాజుల పరిమళాలు లాంటివి కూడా ఉంటాయి. వీటన్నిటినీ ఆనాటి సాహిత్యం ప్రతిబింబించింది.

1

మధ్యాహ్నపు మార్తాండుడు నిప్పులు కురిపిస్తున్నాడు
ఆ వేడికి తాళలేక ఛాయాదేవి చెట్ల నీడకు చేరి
ఆ చల్లని తావులో తలదాచుకొంటోంది

శార్ఙ్గధర పద్ధతి - 3835

2

వేసవి రాత్రులలో ప్రేమికులు
పూల పరిమళాలు నిండిన మేడలపైకి చేరి
మధుపానం వల్ల మత్తెక్కిన ప్రియతముల పెదవులను గ్రోలుతూ
వీనుల విందైన వీణానాదాన్ని ఆస్వాదిస్తూ ఆనందిస్తారు.

ఋతుసంహారం 1.3

3

తెల్లని మేడలపై నిద్రించే తరుణీమణుల
మోములను చూసిన చంద్రుడు
అంతటి వర్చస్సు తనకు లేనందుకు వెలవెలబోయి
వేకువ వెలుగులో కరిగిపోయాడు.

ఋతుసంహారం –కాళిదాసు 1.9

4

చందనము పూసిన వీవెనలనుండి వచ్చే పిల్లగాలులు
ముత్యాలను అలంకరించుకొన్న వక్షోజాల మెత్తని స్పర్శ
చెవులకు హాయిగొలిపే వల్లకీ రవములు
నిద్రిస్తోన్న మన్మథుడిని మేలుకొలుపుతున్నాయి.

ఋతుసంహారం – కాళిదాసు 1.8

5

మధ్యాహ్న సూర్యుడి ప్రతాపానికి భయపడి
నీ నీడకూడా నీ కాళ్ళక్రిందకు నక్కుతోంది
బాటసారీ!
కాసేపు ఇలా నీడలోకి రా!

గాధాసప్తశతి 49

6

ఎండకు తాళలేక
జింక ఒకటి ఎండి మోడుబారిన చెట్టు క్రిందకు చేరింది
సంపదలు కోల్పోయిన సజ్జనుడు
నిస్సహాయతతో దుర్జనుని శరణుజొచ్చినట్లు

శార్ఙ్గధర పద్ధతి – 3836

7

సమస్త ప్రాణికోటిని బూడిద చేసిన కార్చిచ్చు
ఎండిన చెట్టుపైకెక్కి అడవిని పరికిస్తోంది
ఇంకా ఏమేం మిగిలాయా అని.

వజ్జాలగ్గం 644

8

వేసవి దినాలలో
సూర్యుని ప్రతాపం కఠినంగా ఉంటుంది
దారులను మూసేస్తుంది
మొక్కలను వాడిపోయేలా చేస్తుంది
జింకలపై కోపం చూపిస్తుంది
చెట్లను మాడ్చేస్తుంది
తుమ్మెదల వేగం మందగింపచేస్తుంది
వికసించడానికి తెగించిన మల్లెలను కసురుకొంటుంది
నదులను ఎండగడుతుంది
సముద్రాలను మరిగిస్తుంది

ఓ బాటసారీ
ఈ వేడిమిలో నువ్విలా తిరుగుతూ ఉంటే
ఎలా బతగ్గలవూ?

శార్ఙ్గధర పద్ధతి 3554

9

మునుపెన్నడు చూడని చెరువు అడుగుభాగాన్ని
వేసవి బయలుపరచింది
పరిగె చేపలు, తాబేళ్లు ఎండకు మాడిపోతున్నాయి
అట్టకట్టిన చెరువు మట్టి రాతిపలకలా మారింది

గాథాసప్తశతి 414

10

వేసవి మధ్యాహ్నం
తలుపుల కనురెప్పలు మూసుకొని
నిద్రిస్తూంది ఊరు.
ఎక్కడో తిరుగలి గరగర
ఇళ్ళు పెడుతోన్న గురకలాగ -

గాథాసప్తశతి 671

11

తురుముకొన్న పూలు రాలుతూండగా
పన్నీటి స్నానం వల్ల పరిమళాలు చిందిస్తున్న
తడిసిన ఒత్తైన కురులను
వేసవి మధ్యాహ్నపు శృంగారానంతరం అలసిన భర్త ఛాతీపై
చల్లదనం కొరకు కప్పుతోంది ఆమె

గాథాసప్తశతి - 244

12

ఎడారులకు అవతల ఉన్న దేశానికి
సంపదలకొరకు
నడివేసవిలో బయలుదేరుతున్నావు
ఎత్తైన పర్వతదేశపు నా రాజా!
నిన్ను ప్రేమించటానికే జీవించే స్త్రీ కి పుట్టిన
నీ మొదటి కొడుకు చిరునవ్వు కన్నా
నీవు గడించబోయే సంపదలు అంత గొప్పవా?

ఐంగురునూరు - 309

13

ఆమె పాలుతాగటం మానివేసింది
చెలికత్తెలతో ఆటలు కూడా.
ప్రియునితో లేచిపోయి
తెలియనిదారులపై నడవటం
చాలా సులభం అని అనుకొంటూందా ఆమె?

ఆ మార్గం వెదురుపొదలతో నిండి ఉంది.
మదమెక్కిన ఏనుగు ఒకటి
గున్నంగి చెట్టును దంతాలతో పదే పదే కుమ్ముతూ
దాని ఎండిన కొమ్మలు చేసే గలగలలను
వేసవి గాడ్పులకు మాడిన కొండలపై పడుతోన్న వాన చప్పుళ్ళుగా
భ్రమపడుతోంది.

కురుంతొగై -396

14

అంతవరకూ సందడి చేసిన
కంపజిట్ట పిట్టలన్నీ ఎగిరిపోయాయి
నీటికాకులు కొత్తచోట్లకు వలసపోయాయి
కంకపక్షులు, చిలువబాయిలు శుష్కించిపోయాయి
నీరుకోళ్ళ, బాతుల సందడి లేదు
పొన్నంగిపిట్టలు చలాకీదనం కోల్పోయాయి
దోరువాలు కదలటం లేదు
లొట్టకన్ను జిట్టలు, వెదురు పిచ్చుకలు,
రెక్కలపోతులు కనిపించవు
వేసవిలో నీరు అడుగంటగానే చెరువు అలా మిగిలింది

9 వ శతాబ్దపు సంస్కృత కవి, యోగేశ్వరుడు

15

నాలుక పిడుచకట్టుకుపోయిన దాహంతో
మండే సూర్యుని వేడిమిని తాళలేక
దూరంగా కనిపించే నీలిరంగు ఆకాశాన్ని నీళ్ళుగా
భ్రమపడిన జింకలు దారి తప్పి అడవికి దూరంగా సంచరిస్తున్నాయి

ఋతుసంహార 1.11 – కాళిదాసు)

16

సూర్యకిరణాల తాకిడికి
వేడిగా మారిన ఇసుకపై పాకలేక ఆ నాగుపాము
శత్రువు అని కూడా ఎంచలేని స్థితిలో
నెమలిపింఛపు నీడలో ఏ చలనమూ లేక పడి ఉన్నది

1.13 ఋతుసంహార కాళిదాసు

17

భూమి ఒట్టిపోయింది
వెదురుపొదలు ఎండలకు మాడి పోయాయి
విల్లంబులు ధరించిన బందిపోట్లు
బాటసారులను చంపి
వారి వస్తువులను పంచుకొంటున్నారు.
ఎక్కడ చూసినా మత్తగజాలు సంచరిస్తున్నాయి
నీ భర్తమాత్రం ఈ ప్రమాదాలను ఎదుర్కోడు
ఖచ్చితంగా చెప్పగలను ఎందుకంటే
మామిడి లేచివుర్ల రంగులో ఉన్న నిన్ను
విడిచి ఉండలేడు
నీకన్నా సంపదలు ఎక్కువ అని
అతను భావించడు *కురుంతొకై 331*

18

కార్చిచ్చు ఎండి గట్టిబడిన పేడకుప్పలను
తప్పించుకొని సాగి పోతుంది
గడ్డితో దట్టంగా కప్పబడిన చీమల పుట్టలను కూడా
పెద్దగా దహించదు
చెట్లకొమ్మలపై ఎండు ఆకులు, పుల్లలతో కట్టుకొన్న
పక్షిగూళ్లను మాత్రం వదిలిపెట్టదు
నూనె నిండిన గుడ్డ సొనను బహుశా
యజ్ఞంలో అగ్నికి సమర్పించే నేయిగా భావిస్తుందేమో!

- యోగేశ్వరుడు

19

చెరువు నీరు పైన వేడిగా
లోలోతుల్లో చల్లగా ఉంటుంది
దారి బావులు ఎండిపోగా బాటసారులు
మధ్యాహ్నపువేళ వచ్చి
పొర్లాడే గేదెలవల్ల బురదగా మారి,
నాచుతో కప్పబడిన నీటిని
చేతులతో కదలించి దోసిళ్ళతో తాగుతారు

- యోగేశ్వరుడు

వర్షఋతువు

శ్రావణ, భాద్రపద మాసములు వర్షాలు పడే కాలం. ఇంగ్లీషు నెలల ప్రకారం జూలై నుండి సెప్టెంబరు మధ్య. వానాకాలంలో సమస్త జీవరాశికి నీరు లభిస్తుంది. ఆహారోత్పత్తి జరుగుతుంది. సంతానానికి సమృద్ధిగా ఆహారం దొరికే కాలం కనుక అడవి జంతువులకు ఈ కాలం బ్రీడింగ్ సీజన్.

వానాకాలంలో వాతావరణం ఆహ్లాదంగా ఉంటుంది. ప్రకృతి శుభ్రపడి మెరిసే కొత్త అందాలతో దర్శన మిస్తుంది. చల్లని ఋతుపవనాలు, తీరిక వేళలు, భూమి సారవంతమై ఆహారం సమృద్ధిగా అందుబాటులోకి రావటం లాంటివి శృంగార ఉద్దీపకాలు. ఈ కాలాన్ని శృంగారం జరుపుకొనే కవిసమయంగా ప్రాచీన కవులు స్థిరపరిచారు చాలా గాథలు శృంగార నేపథ్యంతో సాగుతాయి

వానాకాలం వచ్చేలోపు ఇంటికి చేరాలని కంగారు పడే భర్తలు, పరదేశమేగిన భర్తల కొరకు ఆందోళనతో, విరహంతో ఎదురుచూసే భార్యలు ఉంటారు.

వానాకాలం అనగానే సమస్త ప్రాణకోటికి చెదిరిన గూడు, రేపెలాగడుస్తుందో తెలియని అనిశ్చితి. అవి కొన్ని గాథలలో ఆర్ద్రంగా ప్రతిబింబించాయి.

18

మహారాజు మందిమార్బలంతో కదిలినట్లు
వర్షఋతువుకూడా కదులుతోంది
మదపుటేనుగులవంటి నల్లని మేఘాలతో
తళుకు రంగుల పతాకాల్లాంటి మెరుపులతో
ఢంకానాదాల్ని తలపించే ఉరుముల ధ్వనులతో
ప్రేమికులకు ఎంతో ప్రియమైన ఋతువు ఇది!

ఋతుసంహారం – కాళిదాసు 2.1

19

తుఫానుకు పైకప్పు ఎగిరిపోగా
వాన నీరు గోడలవెంబడి జారుతున్నపుడు
భర్త వచ్చే రోజుకోసం గోడపై వేసుకొన్న గీతల లెక్కలు
చెరిగిపోకుండా చెయ్యి అడ్డం పెడుతుంది ఆ ఇల్లాలు

గాథాసప్తశతి 170

20

వాన వెలిసాకా
పచ్చరాతి సూదికి ముత్యం గుచ్చినట్లు
గరిక అంచున వేలాడుతున్న నీటి బిందువును
ఒక నెమలి
తన పొడవాటి మెడను సారించి
ముక్కుతో పొడుస్తోంది

(గాథాసప్తశతి - 394

21

నా తల్లి నీతల్లి ఒకరికొకరు తెలియదు
నా తండ్రి నీ తండ్రి బంధువులూ కారు
కానీ నువ్వూ నేనూ
ఎలా ఒకరినొకరం కనుగొన్నాం?
మన హృదయాలు ఎర్రమట్టి వాననీరుల్లా
ఎలా ఒకదానిలో మరొకటి కరిగిపోయాయి

కురుంతొగై - 40

22

వర్షధారలనే పగ్గాలతో
నేలను పైకి లాక్కొందామనే
మబ్బుల ఆలోచన ఫలించకపోవటంతో
అవి ఎలా మూలుగుతున్నాయో చూడు
ఉరుముల శబ్దాలతో

గాథాసప్తశతి - 436

23

అతని మగసిరికి దక్కిన అదృష్టము
నా ఆడతనం చూపిన బరితెగింపు
ఉప్పొంగి తొంగిచూసిన గోదావరికి ఇంకా
వానాకాలపు రాత్రులకు మాత్రమే తెలుసు

గాథాసప్తశతి 231

24

వానవెలిసాక మెత్తని గాలి చల్లగా తాకుతుంది
మేఘాలు నిండిన ఆకాశంలో ఒక మూల
మెరుపు మెరుస్తుంది
చంద్రుడు, నక్షత్రాలు, గ్రహాలు నిద్రలోకి జారుకొంటాయి
తడిచిన కదంబ పుష్పాలనుండి సువాసన పైకిలేస్తుంది
చిమ్మచీకటిలో కప్పల బెకబెకల శబ్దాలు విస్తరిస్తాయి
ఒంటరి ప్రేమికుడు ఈ రాత్రులు ఎలా గడపగలడూ?

- యోగేశ్వరుడు

25

వానలు కురిస్తే లోకం బ్రతుకుతుంది
జీవులకు వానలే అమృతం

తిరుక్కురళ్ 1.1.11

26

విరహంతో కాలిపోతున్న బాటసారి దేహంపై
తొలకరి చినుకులు పడి చిటపటధ్వనులు చేస్తున్నాయి
తడి వస్తువునేదో నిప్పుల్లో వేసినట్లు

వజ్జలగ్గ - 373

27

కవులు పదే పదే "పారి" ఒక్కరినే
పొగుడుతారు కాని
ఈ లోకాన్ని రక్షించేది
వానలు కూడా

వేల్ పరి -రాజు పురనానూరు -107

28

అతను రాత్రుల పొడవు తగ్గించాడు
ప్రవహించే జలాలను దోచుకొన్నాడు
భూమిని వేడెక్కించాడు
దట్టమైన పచ్చదనాల్ని శుష్కింపచేసాడు.
ఆ సూర్యుడు ఇప్పుడు ఎక్కడికిపోయాడు?
నీటిని నింపుకొన్న మేఘాలు
నలుదిక్కులు తిరుగుతూ
మెరుపును దివిటీగా చేసుకొని
అతనికొరకు వెతుతున్నాయి

శార్ఙ్గధర పద్ధతి 3869

29

మంచు వర్షం కలిగించే చలికి
బెదిరిన ఆకాశం ఒక్క రంధ్రంకూడా లేని
దళసరి మబ్బుల దుప్పటి కప్పుకొంది

శార్ఙ్గధర పద్ధతి 3862

30

మదజల వాసనకై తుమ్మెదలు ముసురుకోగా
అడవి ఏనుగుల శిరస్సులు నీలి కలువలలా ఉన్నాయి.
ఉరుముల శబ్దాలను విని
ఎక్కడో మరొక ఏనుగుల గుంపు చేస్తున్న
ఘీంకారాలు అని తలుస్తూ
ఇక్కడ ఇవి మరింత గంభీరంగా గర్జిస్తున్నాయి

ఋతుసంహారం 2.15

31

మోసకారి అయిన ప్రియుని పై అలిగి
శయ్యపై అటుతిరిగి శయనించిన నాయిక
మెరుపులు ఉరుములతో భీకరమైన వర్షం
మొదలవగానే భీతిల్లి
అన్నీ మరచి
అతనిని గాఢాలింగనం చేసుకొన్నది

ఋతుసంహారం 2.11

32

ఎవరో అల్లరి పిలగాడు
బురదకాళ్లతో ఇల్లంతా తిరిగినట్లు
అడవి చిచ్చులకు పైకి లేచిన బూడిదను పూసుకొని
నిలకడలేని నీటిని మోసుకుంటూ తిరిగే మబ్బులను చూస్తే
ఎవరికి హృదయోల్లాసం కలుగదూ?

శార్ఙ్గధర పద్ధతి 3866

33

నల్లని మేఘాలతో కూడిన ఆకాశాన్ని చూసి
ఆహ్లాదకరమైన ఉరుముల శబ్దాలను విని
ఒక వేటగాడు
ఏనుగుదంతాలతో గోడలు కట్టి
జడలబఱ్ఱె చర్మంతో పైకప్పును నిర్మించి
లక్క, కస్తూరిలతో నేలను మెత్తి
పులిచర్మంపై కునుకు తీస్తున్నాడు
భార్య తన ఛాతీపై వేసిన చేతిపై చేయి ఉంచి

శార్ఙ్గధర పద్ధతి 3873

34

ఎక్కడచూసినా కప్పల బెకబెక
తీయని గొంతులతో పక్షుల కిలకిలారవములు
ఆకాశం మూలమూలలా వర్షఋతువు మొదలైంది
అయినప్పటికీ
అతని రథం
నన్ను చేరేందుకు ఇంకా ప్రయాణం కట్టలేదు
నా కనులు భోరున వర్షిస్తున్నాయి

ఐంగురునూరు -453

35

పశులకాపర్లు వేణువులూదుతూ
ఇండ్లకు వెళుతున్నారు
లేగలను తలచుకొంటూ ఆలమందలు
వారివెనుక నడుస్తూన్నాయి
ఒక్కసారిగా
మబ్బులు ఉరుములై ధ్వనించాయి
కళ్ళముందే ఆకాశంలో
ఇంద్రచాపం విచ్చుకొంది
ఎంత అందమైన సాయంత్రం అది!

అయింతినై ఎళుపతు - 22

36

తొలకరివాననీరు
గడ్డి బురద నింపుకొని మెలికలు తిరుగుతూ
కొండదిగువకు వడివడిగా ప్రవహిస్తూంటే
అదాటుగా చూసిన కప్పలు దాన్ని పాముగా భ్రమించి
బెదురుతున్నాయి

ఋతుసంహారము - కాళిదాసు 2.13

37

వానలో తడిసి ముద్దయి ఇంటికొచ్చిందామె
చినుకులకు కనుల కాటుక కరిగిపోయింది
నీలి రవికె తడిచి బిగుతైన చనులను కప్పుతూ
ఆమె సహజ అందాలను, ఆకృతిని చాటుతోంది
దుస్తులను మార్చుకొంటూంటే
ఆమె భర్త సహాయపడుతున్నాడు
ఎంత అదృష్టవంతురాలామె!

అజ్ఞాత సంస్కృత కవి

38

ఆకాశం కనిపించదు మబ్బులు కమ్మేసాయి
నేలా కనిపించదు నీరు ముంచెత్తింది
చీకటి పడింది
ఈ రాత్రివేళ, అందరూ నిద్రిస్తుండగా
కొండదిగి మా ఇంటికి ఎలా రాగలవు?
దట్టంగా పూచిన ఏగిస పూలతో
పరిమళించే చిన్న ఇల్లు మాదేనని నీ కెలా తెలుస్తుంది?

కురుంతొగై - 355

39

చిరకాలం జీవించు స్నేహితా!
మిరియాలు పండే కొండపై ఘర్జించే మబ్బులు
భీకరమైన వానలు కురుస్తూంటాయి
ఏ రాత్రిపూటో బలమైన పోతుకోతి తెంపిన పనసకాయ
సెలయేటిలో జారి ఉదయానికల్లా
తాగునీరు తెచ్చుకొనే ఏటిఒడ్డుకు చేరుతుంది.

మిరియాలు పండే ఆ పర్వత రాజుతో
నీ ప్రేమ బలమైనది
అతనికై ఎదురుచూపుల్లో
నువ్వు శారీరికంగా చిక్కినా
మానసికంగా ధృఢమయ్యావు

కురుంతొగై - 90

40

కుంభవృష్టి కురుస్తోంది
వంటచేసేందుకు పొయ్యిలోకి నిప్పు కొరకు ఇల్లాండ్రు
బురదలో వేసిన చెక్కపలకలపై అడుగులు వేస్తూ
తల తడవకుండా వెదురు బుట్ట నెత్తిపై పెట్టుకొని
అక్కా, ఒదినే అని పిలుచుకొంటూ ఇల్లిల్లూ తిరుగుతున్నారు

జల్హనుడి సూక్తిముక్తావళి-222

41

వరదలలో ఏటిఒడ్డు నాకెంతో సంతోషాన్నిస్తుంది
అక్కడ
నీలినీటి కోడి అరుస్తోంది,
ఏదో పాము వెదురు పొదపై నిద్రిస్తూంది
బూడిదరంగు బాతు పిలుస్తోంది,
లేళ్ళ మందలు నిశ్చల వలయాలుగా గుమిగూడాయి
ఒత్తుగా పెరిగిన పచ్చిక చీమలదండు భారానికి నేలకు ఒరిగిపోతూంది
అడవికోడికి ఆనందంతో పిచ్చెక్కుతోంది

- యోగేశ్వరుడు

42

ఎంతో పుణ్యం చేసుకొని మరుజన్మలో
వానచినుకై పుడతాడు ఒకడు
మేఘం దాన్ని తీసుకొని వెళ్ళిముత్యపుచిప్పలో జారవిడుస్తుంది
అతని పూర్వజన్మసుకృతంచే
మెరిసే ముత్యంలా మారి
నీ ఉబ్బుచన్నులతో క్రీడించే అర్హత పొందుతాడు

అచలసింహ/అచలుడు 12 వ శతాబ్దం.

శరదృతువు / Autumn

ఆశ్వయుజ కార్తీక మాసములలో శరదృతువు వస్తుంది. సెప్టెంబరు, నవంబరు నెలలు. వానలు పడటం తగ్గుతుంది. ప్రకాశవంతమైన వెన్నెల కాస్తుంది. పచ్చిక బయళ్ళు ఒత్తుగా ఉంటాయి. నీటి ప్రవాహాలజోరు తగ్గుతుంది. తామరలు, నీటిపక్షుల సందటి మొదలౌతుంది. దసరా, నవరాత్రి లాంటి పండుగలు వచ్చే ఋతువు ఇది. పంటలు కోతకు వచ్చేసమయం. మంచు కురుస్తుంది. పగటి కాలం నిడివి తగ్గుతూ, రాత్రి దీర్ఘంగా ఉండటం మొదలౌతుంది. ఆకాశంలో తెల్లని మబ్బులు/శరత్కాల మేఘాలు కనిపిస్తాయి. ఆటపాటలకు, కొత్తప్రేమలకు అనువైన కాలమిది.

43

శరదృతువులో సరస్సు జలాలు
పైన మాత్రమే వేడిగా ఉండి
లోపల చల్లగా ఉంటాయి
కోపంవచ్చిన మంచివాళ్ళ హృదయాల్లా

గాథాసప్తశతి 286

44

చంద్రుడు రాత్రికి
కలువలు చెరువుకి
పూలగుత్తులు లతలకు
హంసలు శరదృతువుకు
ఇచ్చే బహుమతి
సౌందర్యం

ధ్వన్యాలోకః – 21

45

అమ్మాయీ!
నీ ప్రియుని క్షమించు
పట్టుదల విడిచిపెట్టు
మేలైన సరకమును
మధురజ్ఞాపకాలను మిగిల్చే
సయ్యాటలను ప్రసాదించే
శరత్కాలాన్ని వ్యర్థం చేయకు

(సరకము=కల్లు) వజ్జాలగ్గం - 359

46

శరదృతు దేవత
ఒక కాలు చంద్రునిపై మరో కాలు
ఎగురుతోన్న హంసలబారుపై ఉంచి
చేత కలువపూలు ధరించి
ఆకాశం నుండి
భూమిపైకి దిగుతోన్నది

శృంగార ప్రకాశ - 68

47

వానాకాలం ముగిసింది
నడమంత్రపు సిరి పొందిన వ్యక్తిలా
సూర్యుడు సన్నగా బాధించటం మొదలుపెడతాడు.
కృతజ్ఞతలేని స్నేహితునిలా
జింక తన కొమ్ములను విసర్జిస్తుంది.
శుద్ధాత్ముడైన సాధువు మాటల్లా
నీళ్ళు తేటపడతాయి.
వేశ్యను ఉంచుకొన్న పేదవానిలా
మట్టి క్రమక్రమంగా పొడిబారుతుంది.

విద్యాకరుని సుభాషిత రత్నకోశ

48

మనం ఎన్నటికీ ఇక్కడే కలిసి జీవిద్దాం అని నమ్మించి
నన్ను విడిచి వెళ్ళిపోయాడు అతగాడు.
చల్లని పొగమంచు పరిచే ఈ శరదృతువులో
చంద్రునితో పోటీ పడే వెన్నెల రేకలతో
వికసించే చంద్రకాంత పూలతో
తెల్లని తంతువులతో అలరించే దిరిసెన పూలతో
పచ్చని పొదలు అలంకరించబడి ఉన్నాయి
చెలీ!
అతను ఈ విషయాల గురించి ఆలోచించడా?

ఐంగురునూరు - 56

49

ఉబ్బు రొమ్ముల యవ్వనం లాంటి వానాకాలం
వెళ్ళిపోయింది
తొలిగా పూచిన రెల్లుపూవు
భూదేవి సిగలో మొలిచిన
మొదటి తెల్ల వెంట్రుక వలె ఉంది

గాథాసప్తశతి - 534

50

మబ్బులు ఇంద్రధనుస్సును మింగేసాయి
పతాకంలా ప్రకాశించిన మెరుపులు నేడు కానరావు
రెక్కలతో ఆకాశాన్ని వెనక్కినెట్టిన కొంగలు లేవు
నెమళ్ళు తలలెత్తి పైకి చూడటం మానేసాయి

ఋతుసంహారం 3.12

51

శరదృతువులో
కలువల మీదుగా వీచే గాలులు హాయినిస్తాయి
ఆకాశాన్ని మబ్బులు కమ్మేయవు
అన్నివైపులా సౌందర్యమే
స్వచ్ఛమైనజలాలతో,   బురద ఆరిన నేలలతో భూమి
మెరిసే తారలతో, చంద్రకాంతులతో ఆకాశము
శోభిల్లుతుంది.

ఋతుసంహారం 3.22

52

రెల్లుపూలతో నిండిన నేల తెల్లగా ఉంది
ఉజ్వల చంద్రకాంతితో రాత్రులు తెల్లగా ఉన్నాయి
హంసల గుంపుల వలన నదులు తెల్లగా ఉన్నాయి
ఏడాకులపొన్నచెట్ల పూలతో నిండిన వనాలు తెల్లగా ఉన్నాయి
జాజిపూలతో నిండిన తోటలు తెల్లగా ఉన్నాయి

ఋతుసంహారం - 3.3

53

రాత్రిపూట వికసించే కలువలు,
క్రౌంచపక్షుల అరుపులు
పూర్తిగా పండిన వరి పొలాలు,
ఆహ్లాదకరమైన గాలులు
ప్రకాశవంతమైన వెన్నెల లాంటివి
వర్షఋతువు వెళిపోయి శరదృతువు
వచ్చిందనటానికి సంకేతాలు

వాల్మీకి రామాయణం -అరణ్యకాండ 30 వ సర్గ

54

మేఘమనే గండుపిల్లి
మెరుపు అనే నాలుకతో
ఆకాశమనే పళ్ళెంలోంచి
వెన్నెల అనే పాలని తాగుతోంది.

- యోగేశ్వరుడు

55

శరదృతువులో మెల్లమెల్లగా నదులు
తమ ఇసుక తిన్నెలను బయటపెట్టసాగాయి
తొలి సంగమంలో సిగ్గిల్లిన యువతులు
తన అందాలకు కొద్దికొద్దిగా తెరతీసినట్లు

వాల్మీకి రామాయణం -అరణ్యకాండ 30 వ సర్గ

56

ప్రవాహం వెనక్కి వెళ్ళటంతో
అలల జాడలతో బయటపడ్డ ఇసుక తీరంపై
పికిలిపిట్టల సందడి మొదలైంది.
అడవి బాతులను అతిథుల్లా ఆదరిస్తూ
కలువలను పునరుజ్జీవింపచేసిన
ఈ శరదృతువు
మేఘాలకు మాత్రం వార్ధక్యాన్ని ప్రసాదించింది

మనో వినోద- విద్యాకరుని సుభాషిత రత్నకోశ 268

57

ముసలిదై ఒంగిపోయిన చెట్టు అని కూడా చూడకుండా
ఆ బీరతీగ దాన్ని ఎలా పెనవేసుకొంటుందో చూడు
తప్పంతా
మత్తెక్కించే నీలికలువల వాసనతో గుప్పుమనే శరదృతువుది

గాథాసప్తశతి - 6.34

58

శరత్కాల నదీతీరం తెల్లగా ఉంది
కొంగలు ఒంగి తమపొడవైన ముక్కులతో గొప్ప ఏకాగ్రతతో
చేపలు పట్టుకొవటంలో నిమగ్నమై ఉన్నాయి.
జిట్టంగి పిట్టలు బాణాల్లా దూసుకుపోతున్నాయి
తెల్లని బాతుల గుంపు దండకడియంలా అనిపిస్తోంది
చెంగలువ పూలపై తుమ్మెదల గుంపు తచ్చాడుతోంది
ఎంత మనోహర దృశ్యం ఈ శరత్కాల నదీ తీరం

విద్యాకరుని సుభాషిత రత్నకోశ 275

59

అడవి వాగులు ప్రమాదకరమైనవి
దట్టమైన రెల్లుపొదలు ఆవరించి ఉంటాయి
వాని ఇసుక ఒడ్డుపై మొసళ్ళు అటు ఇటూ
పాకిన ఆనవాళ్ళు కనిపిస్తూంటాయి
వాని బురద గుంటల వద్ద పులుల
దట్టమైన పాదముద్రలు ఉంటాయి

అడవి వాగు నీళ్ళు మాత్రం తేటగా
అద్దంలా మెరుస్తూంటాయి.

విద్యాకరుని సుభాషిత రత్నకోశ 281

60

విశృంఖలంగా ప్రవహించిన నీటికి నిలకడ నేర్పి
పంటలు పండినపుడు వాటిని వినమ్రతతో నేలకు వంగేలా చేసి
నెమళ్ళ సౌందర్యాతిశయాన్ని అణచే - శరదృతువు
ఈ లోకానికి వినయం అనే గుణాన్ని బోధిస్తోంది

విశాఖదత్త- సంస్కృత కవి

61

కమ్ముకొన్న దట్టమైన మంచుకారణంగా
సూర్యుడు ఉదయించిన సంగతి
పక్షుల కిలకిలారావాల ద్వారా మాత్రమే తెలుస్తోంది

అజ్ఞాత సంస్కృత కవి

హేమంత ఋతువు / Early Winter

చలి మొదలయ్యే ఋతువు ఇది. మంచు కురుస్తుంది. మార్గశిర, పుష్య మాసములు. ఆంగ్ల నెలల ప్రకారం నవంబరు నుండి జనవరి మధ్యలో ఉండే కాలం. పంటలు చేతికి రావటంచే సంక్రాంతి పండుగ జరుపుకొంటారు. చలికాలం కనుక ప్రేమికులు ఒకరి వెచ్చదనాన్ని మరొకరు పంచుకొనేందుకు ఇష్టపడే కాలం ఇది. మంచు కురవటం, చలి పెరగటం లాంటివి వర్ణనలు ఉంటాయి. చలి పెరుగుతున్న కాలంలో ప్రియుడు చెంతలేకపోవటం చలిమంట వేసుకొని బాటసారులు, ఇళ్ళు లేనివారు వెచ్చదనాన్ని పొందటం లాంటి వర్ణనలు హేమంతఋతువును అద్భుతమైన కవిత్వంగా మార్చాయి.

62

హేమంత ఋతువు రాకతో
లొద్దుగ చెట్లు పుష్పించాయి
వరిపైరు కోతకు వచ్చింది
సన్నగా పడుతోన్న మంచుకు
కలువలు వాడిపోతున్నాయి
కొత్తచిగుర్లతో పచ్చదం వికసిస్తోంది.

ఋతుసంహారం - 4.1

63

నేలపై వరిచేలు తివాచి కప్పినట్లున్నాయి
జింకలు గుంపులు గుంపులుగా సంచరిస్తున్నాయి
జక్కవ పక్షులు మనోహరంగా కూస్తున్నాయి
ఈ హేమంతఋతు సౌందర్యం ఎంత రమణీయం!

ఋతుసంహారం - 4.8

64

స్త్రీలు కడియములు, వడ్డాణములు వంటి
లోహ ఆభరణాలను, పలుచని వలువలను
ధరించటానికి ఇష్టపడటంలేదు
చలి ప్రారంభమైనది కదా!

ఋతుసంహారం - 4.3

65

ప్రేమసయ్యాటలో
సువాసనలు చిందించటానికి స్త్రీలు
దేహానికి మానుపసుపు పూసుకొని
చెక్కిళ్లపై కస్తూరితో మకరికా పత్రములు దిద్దుకొని
కురులకు నల్ల అగరు ధూపం వేసుకొని
ఉత్సాహంగా తయారవుతున్నారు

ఋతుసంహారం - 4.5

(మకరికా పత్రములు - Tattoos)

66

చలికాలం
గుడిబయట ఒక బాటసారి
ఆరిపోయిన చలిమంట కుప్పను
ఎలుగ్గొడ్డుగా భ్రమించి
దూరంగా ఉండి కర్రతో పొడుస్తున్నాడు

గాథాసప్తశతి - 2.9

67

పీలికలైన పాతకంబళి కప్పుకొని
పిడకల పొగ కంపు కొడుతూ
పొగచూరి నల్లబడిన దేహంతో
చలికి ఒణుకుతూ కనిపించే అతనిని
నిరుపేద అని ఇట్టే గుర్తుపట్టొచ్చు

గాథాసప్తశతి -329

68

వాళ్ళు ముందే చెప్పారు
బండరాయి లాంటి వక్షస్థలం కలిగిన అతను
ఎత్తైన పర్వతాలపై
ఒత్తుగా పెరిగే కలువలు ఉండే చోటికి వెళిపోతాడని
ఇక్కడ ఉండడని,
తొలిమంచు పడే ఈ ఋతువులో
మదపుటేనుగు చెవులవలె ఊగే
మహావృక్షాల పత్రాలను
చల్లని ఉత్తరగాలులు మెత్తగా స్పృశించేవేళ
నా చెంతన అతను లేకపోవటం
నాకెంతో దుఃఖకరంగా ఉంది

కురుంతొగై - 76

69

మినువుల పంట పూతకొచ్చింది
వాని తొడిమెలు ఎర్రగా అడవి కోకిల
కాళ్ళ వలె మెరుస్తున్నాయి
జింకల గుంపొకటి చేలోపడి పంటను మేస్తూంది
సన్నగా మంచుకురుసే ఈ ఋతువు కలిగించే తాపం
తీరాలంటే అతని బిగికౌగిలే మందు.

కురుంతొగై 68

70

చలిగాలులు మొదలయ్యాయి
మల్లెలు పూచే కాలం
కొలనుల్లో కలువలు అదృశ్యమయ్యే రోజులు
భర్తలు ఎన్ని తప్పులు చేసినా మన్నించి
అతని కౌగిలిని చేరుతున్నారు భార్యలు
పెరిగే చలిని తప్పించుకొనేందుకు

(ఋతుసంహారము 5.6)

71

నా ప్రియుడు నా వెనుక నిలుచుని
నా కురులను సవరించేవాడు
నా కనుల నీరు తుడిచి ఓదార్చేవాడు

సఖీ! అతనికి ఏమయిందిప్పుడు?

రైతులు రెండవపంటకూడా తీసేసారు
చిక్కుడు పాదులు కూడా
పుష్పించ సాగాయి
చలికాలం సన్నగా మొదలైంది
అతను ఇంకా ఇంటికి చేరలేదు

సఖీ! అతనికి ఏమయింది?

కురుంతోకై - 82

72

రైతులవద్దకు
బాటసారులు ఎండుగడ్డికొరకు వచ్చి
బతిమాలుతూ పొగుడుతూంటే
ఉప్పొంగిపోయి గడ్డిని ఉదారంగా దానం చేసి
రాత్రిపూట నెమరువేసుకొనే పశువులనుంచి వచ్చే
వేడి శ్వాసలలో వెచ్చదనాన్ని పొందుతారా రైతులు.

కనురెప్పల వెంట్రుకలపై మంచుబిందువులతో
వీపున ఆవపూలతో శోభిల్లే నందీశ్వరునిపై
ప్రాతఃకాలపు తొలి కిరణాలు పడి పల్లె తెల్లవారుతుంది.

యోగేశ్వరుడు, విద్యాకరుని సుభాషిత రత్నకోశ -297

73

పొలంలో ఒక మూల కుందేళ్ల జంటను చూడగానే
రైతులు తోటివారిని ఆనందంతో పిలుస్తూ
కేకలు వేసుకొంటూ
కర్రలు, కొడవళ్ళు, పంగల కర్రలు చేతబూని
పంటకోయటం మానేసి వాటి వెనుక పరిగెట్టారు

విద్యాకరుని సుభాషిత రత్నకోశ -300

74

చలికాలం వేడిగా ఉంటుందని కలువలకు తెలుసు
ఎందుకంటే అది వాటిని వడలిపోయేలా చేస్తుంది.
కొందరు ఎంత తమ నిజస్వరూపాన్ని దాచిపెట్టేందుకు
ప్రయత్నించినా వారి చర్యలను దాయలేరు

గాథాసప్తశతి - 686

75

ఇది వరకు నా స్నేహితురాలు
నీకు పచ్చి వేపపండు ఇచ్చినప్పటికీ
చాలా తియ్యగా ఉంది అనేవాడివి
ఇప్పుడు
పరంపు కొండలపై పారే
పుష్యమాసపు సెలయేటి చల్లటి నీటిని ఇస్తే
వేడిగా ఉన్నాయని, మురికిగా ఉన్నాయని
ఒంకలు పెడుతున్నావు
నువ్వు మారిపోయావు!

కురుంతొగై -196 Parambu Mountains

(విడిచివెళిపోతున్న నాయకునితో నాయిక చెలికత్తె అంటున్న మాటలు)

76

ఓ పురుషోత్తముడా!
నీ కీర్తి
శీతాకాలపు రాత్రుల వలె దినదిన ప్రవర్ధమానమగుగాక!
నీ బంధుజనులకు
శీతాకాలపు సూర్యుని వలె గొప్ప ఆనందాన్ని ఇచ్చెదవుగాక!
నీ చుట్టూ ఉండే దుర్జనులకు
శీతాకాలపు చన్నీటి వలె భయం పుట్టించెదవుగాక!
నీ శత్రువులు
శీతాకాలపు కలువలవలె కృశించిపోయెదరు గాక!

మహాసుభాషిత సంగ్రహ, 5165

77

చలికాలం గొప్పతనం చూడు!
చెరువు నీరు కూడా చలికి భయపడి
దళసరి తెల్లని దుప్పటి కప్పుకొన్నట్లు
దట్టమైన మంచు పొర

మహాసుభాషిత సంగ్రహ, 3

చలి కాలం /శిశిరఋతువు / Winter 2

మాఘ, పాల్గుణ మాసములు శిశిర ఋతువు. ఇది జనవరి నుండి మార్చి మధ్యలో ఉంటుంది. చెట్లు ఆకులు రాల్చు కాలము. ఈ ఋతువులో చలి అధికంగా ఉంటుంది. ప్రాచీన సాహిత్యంలో పంటలు కోతకు వచ్చి కొత్తధాన్యంతో రైతుల గాదెలు నిండే కాలం ఇది. ఇండ్లలో స్త్రీలు ధాన్యం దంచటం కొన్ని గాథలలో కనిపిస్తుంది.

నిరుపేదలు చలి ప్రతాపానికి బాధలు పడటం, భాగస్వాములకు దూరమై వియోగంతో ఉన్నవారు చలివల్ల కష్టపడటం, కొందరు ధనవంతులు పుణ్యం కొరకు ఊరిలో పదిమందికి ఉపయోగపడేలా పుణ్యాగ్ని ఏర్పాటుచేయటం చేయటం లాంటి అనేక జీవనానుభవాలు వివిధ గాథలలో కనిపిస్తాయి. మగడు దూరదేశమేగిన స్త్రీ చలిని తప్పించుకోవటం కొరకు రహస్యప్రియుని ఆశ్రయించటాన్ని గమనించి అన్యాపదేశంగా దెప్పిపొడిచే సప్తశతి గాథ (66) ఒకటి ఆకర్షించక మానదు.

78

కప్పుకునేందుకు వెచ్చని దుస్తులు
కాచుకొనేందుకు నిప్పుల కుంపటి
శీతగాలి చొరబడని ఇంటి గదులు
వేడెక్కించే జవరాండ్ర పయోధరాలు లాంటి హంగులతో
ధనవంతులు చలికాలాన్ని తరిమేయగలరు
అందుకే
అది పేదవారిపై తన ప్రతాపం చూపుతుంది

శార్ఙ్గధర పద్ధతి 3937

79

ఒకబాటసారి సాయంత్రపు వేళ
ఊరి చలిమంట వద్ద ఒళ్ళుకాచుకొని
గ్రామదేవత గుడిలో గడ్డిపరుచుకొని పడుకొన్నాడు
చలిగాలులకు అర్ధరాత్రి మెలుకువ వచ్చేసింది
ఒంటిపైని పలుచని దుస్తులు చల్లగా మారి
ఏమాత్రం వెచ్చదనం ఇవ్వటం లేదు

తెల్లవార్లూ అతను చలికి
ఆ గుడిలో అటూ ఇటూ పొర్లుతూనే ఉన్నాడు

బాణుడు – సంస్కృత కవి

(ఊరి చలిమంట= పుణ్యాగ్ని. ఎవరో పుణ్యం కొరకు అభాగ్యులకై ఏర్పాటుచేసిన చలిమంట)

80

నేత్రాలు నా కన్నీరును దాచలేకపోతున్నాయి
ఈ దుఃఖాన్ని నేను తాళలేకున్నాను
ఈ ఒంటరితనం
ఈ శీతల రాత్రి
ఎముకలు కొరికే చలిగాలులు
భోరున కురిసే వాన
ఈగలను తరమటానికి ఆవు తలను ఆడించిన ప్రతిసారీ
దాని మెడలో గంట మోగుతోంది

ఈ ఊరిలో ఆ ధ్వనులను వింటున్నవారు
ఇంకా ఎవరైనా ఉన్నారా?"

కురుంతొగై -86

81

చలికి అతని పళ్ళు పటపట చప్పుడు చేస్తూ
ఒణుకుతున్నాయి
చలిమంటకి దగ్గరగా ముఖాన్ని చేర్చాడు
పొగకి కన్నీరు వస్తోందని
కళ్ళు గట్టిగా మూసుకొన్నాడు
చేతులు రుద్దుకొంటు ముందుకు చాచాడు
కమిలిన ఆ బాటసారి గడ్డాన్ని చూస్తే
ఊరి చలిమంటను రెండుచేతులతో
తీసుకొని తాగుతున్నాడా అనిపిస్తుంది

శార్ఙ్గధర పద్ధతి 3934

82

శీతాకాలం వస్తే ధనవంతులకు ఉత్సాహం
తమలపాకులు నములుతూ
తమ రహస్య ప్రియురాళ్లను నిమురుతూ
అంతులేని భోగాలను అనుభవిస్తారు

పేదలమైన మాకు
కప్పుకోవటానికి సరైన దుస్తులు ఉండవు
చలికి గజగజలాడే మోకాళ్ళ వణుకు తప్ప
శీతాకాలం మాకు పండగ కాదు.

అజ్ఞాత సంస్కృత కవి

From Erotic poems from Sanskrit an Anthology, by Parthasarathy

83

ప్రేమ వల్ల ఏదైతే వస్తుందో
దాన్ని చలికాలం తీసుకొచ్చింది
చర్మం పాలిపోవటం, వణికే పెదవులు
నత్తిగా మాట్లాడటం

అలంకార రత్నాకర

84

తొలకరి పంట చేతికొచ్చాకా
గాదులలో నిల్వ చేసిన ధాన్యం సువాసనలతో
ఇంటి పడుచులు రోకళ్లతో కొత్త వడ్లను దంచుతున్నపుడు
వారి చేతులు పైకి కిందకూ ఆడేవేళ వారి గాజులు చేసే చప్పుళ్ళతో
రైతుల ఇళ్ళు ఎంత సందడిగా ఉంటాయో కదా?

యోగేశ్వర, విద్యాకరుని సుభాషిత రత్నకోశ -314

85

చలిగాలులకు కోతులు వణుకుతున్నాయి
గొర్రెలు, మేకలు, పశువులు చిక్కిశల్యమైపోయాయి
తరిమేసిన కుక్క మరలా పొయ్యివద్దకు వచ్చి
మునగదీసుకొని కూర్చుంది

ఎముకలు కొరికే చలికి ఆ పేదవాడు
కాళ్ళూ చేతులూ దేహంలోపలకు లాక్కొన్న
తాబేలులా కనిపిస్తున్నాడు

విద్యాకరుని సుభాషిత రత్నకోశ -313

86

వర్షాలకు, చలికి, వేడికి అతీతంగా
రోజులు వచ్చిపోతూంటాయి
కానీ అవి ఎవరికి
ఏం చేయటం కొరకు వచ్చిపోతున్నాయో
ఎవరికీ తెలియదు.

విద్యాకరుని సుభాషిత రత్నకోశ -1067

87

ఏనుగుల గుంపులు సంచరించే అరణ్యాలలో
మంచుకురిసే పర్వతాలపై నివసించే
ఓటమి ఎరుగని బలమైన ఈటెను కలిగిన వీరునితో
లేచిపోవటం
బంధుమిత్రుల మధ్య ఎంతో సందడితో
పెళ్ళిచేసుకోవటం కన్నా గొప్పదని
భావించిందా నా కూతురు?

ఐంగురునూరు - 379

(లేచిపోయిన కూతురుపై తల్లి చేసిన వ్యాఖ్య)

88

నువ్వు చెలకలు పండాయి
పిట్టల సందడి మొదలైంది
ఆవపంట ముదురు గోధుమ రంగుతేరింది
పూలు గింజలుగా మారుతున్నాయి
ఎండిన పైరు గాలికి ఊగుతుంటే
మంచు బిందువులు రాలి చెదురుతున్నాయి
బాటసారులు ఊరి మంట వద్ద చేరి
పనిలేని ముచ్చట్లు చెప్పుకొంటున్నారు

యోగేశ్వర, విద్యాకరుని సుభాషిత రత్నకోశ -315

89

చలికాలపు రాత్రులు ఎంతకీ తరగవు దీర్ఘమైనవి
చాన్నాళ్లుగా భర్త ఊళ్ళోనే లేడు
రాత్రుళ్ళు చక్కగా నిద్రపోవచ్చు కదా!
పగలు నిద్రపోతున్నావు, ఏమిటి సంగతీ?

గాథాసప్తశతి 66

90

భీతిల్లిన తరుణిమోము వలె ఉంది చందమామ
బలహీనంగా ప్రకాశించే సూర్యుడు
వ్యాపారంలో నష్టపోయిన వ్యక్తి వలె ఉన్నాడు
పిడకల పొగ కొత్తపెళ్ళికూతురి మెత్తని అలకలా ఉంది
శీతకాలపు చలిగాలి
జిత్తులమారి ఆత్మీయాలింగనం వలె ఉంది

అభినంద, విద్యాకరుని సుభాషిత రత్నకోశ -317

91

ఆ రైతుల వెచ్చదనం చలిగాలులకు కరిగిపోతోంది
గడ్డిమంటను కర్రలతో కెలుకుతూ పదే పదే రగిలిస్తున్నారు
మంటలు రేగినట్లే రేగి ఆరిపోతున్నాయి
ఆవపంట గడ్డిని మండించే కొద్దీ దట్టమైన గొర్రు
కుప్పనూర్పిడి నేల నలుమూలలకూ వ్యాపిస్తోంది

యోగేశ్వర, విద్యాకరుని సుభాషిత రత్నకోశ -318

92

చలికాలంలో ఒడ్లు దంచుతూ ఆడువారు పాడుకొనే
దంపుడు పాటలు ఎంత మనోహరంగా ఉంటాయి!
పైకి క్రిందకూ కదిలే వారి చేతి గాజులు చేసే
గలగలల శబ్దాల మధ్య సాగే పాటలు
పైకి క్రిందకూ ఊగే వారి చన్నుల లయను అనుసరిస్తూ
ఆ హుం, ఆహుం అంటూ చేసే ఊర్పులతో సాగే పాటలు

యోగేశ్వర, విద్యాకరుని సుభాషిత రత్నకోశ –1178

93

ఓ చల్లని ఉత్తరగాలులారా
మీకు శుభం కలుగుగాక!

పాము కుబుసాలను తలపించే
స్వచ్ఛమైన జలపాతాలతో
అలంకరించబడిన కొండకి సమీపంలో
గడ్డితో అల్లిన ఇళ్ళ ముందు ఉన్న
ఇప్ప చెట్లనుండి రాలిపడే పూలను
అడవి జింకల మందలు తింటూఉంటాయి
అదే నాప్రియురాలి ఊరు
ఆమెను చల్లగా చూడండి

కురుంతొగై - 235

వసంతఋతువు / Spring

మామిడి పూత, తుమ్మెదల ఝుంకారం, కోకిల గానం, రామచిలుకలు, తామరలు విరబూయటం, మోదుగుపూలు పుష్పించటం– వసంతఋతు లక్షణాలుగా కవులు స్థిరపరచారు. చాలా గాథలలో మామిడిపూత ప్రస్తావన పదే పదే రావటం గమనించవచ్చు. వసంతఋతువులో మరులుగొన్న యువతికి మామిడి పూతను యువకులు బహుమానంగా పంపించటం ద్వారా తమ కోర్కెను తెలపేవారు. మామిడి పూతను స్త్రీలు సిగలో తురుముకొని తమ సంసిద్ధతను తెలిపేవారు.

కొత్త ప్రేమలు చిగురించి, అనుబంధాలు బలపడే కాలంగా వసంత ఋతువును ప్రాచీన కవులు వర్ణించారు.

94

గండుతుమ్మెదల ఝుంకారాల కోలాహలంతో
కోకిల గానపు జయజయ స్తుతులతో
అరణ్యమనే అశ్వాన్ని అధిరోహించి
వసంత రాజు అరుదెంచుచున్నాడు

(వజ్జాలగ్గం- 630)

95

ఆమె ప్రియుడు పంపిన మామిడి పూతను చూసి
స్నేహితురాళ్ళు అసూయ చెందారు
ఆ బహుమతిని తన ప్రేమకు నివేదించుకొన్నది
ఆ మృగనయని

ప్రియుడు పంపిన మామిడిపూతను చేత్తో పట్టుకొని
సుతారంగా తాకుతుంది, తదేకంగా చూస్తుంది
వాసనపీలుస్తోంది, చెక్కిళ్లపై మెత్తగా అద్దుకొంటోంది

విద్యాకరుని సుభాషిత రత్నకోశ 155

96

ఊరంతా తుంటరి కుర్రాళ్ళు
వసంతకాలం, యవ్వనం, ముసలిభర్త, ఇప్పసారాయి
ఏంచెయ్యాలో ఎవరూ చెప్పక్కర్లేదు
చెడిపోకుండా ఉండాలంటే చావొక్కటే దారి

గాథాసప్తశతి - 197

97

చెట్లు పూలతో
సరస్సులు తామరలతో కిక్కిరిసి ఉన్నాయి
స్త్రీలు మరులుగొల్పుచున్నారు
పరిమళభరిత గాలులతో
రాత్రులు సుఖకరముగాను
పగటి వేళలు రమ్యంగాను ఉన్నాయి
ప్రియా!
వసంతఋతువు ఎంత మనోహరము!

ఋతుసంహారము - 6.2

98

యువతీయువకులను కలవరపెట్టే
ఐదుబాణాల మన్మథునికి వసంతం
ఐదు కాన్కలను అందిస్తుంది-
దక్షిణ పవనాల మెత్తని స్పర్శ
మామిడి తొలిపూత దర్శనం
కోకిల పాట శ్రవణం
మల్లెపూల సువాసన
బాగా మాగిన సారాయి రుచి

శార్ఙ్గధర పద్ధతి 3789

(మన్మథుని వద్ద అరవిందము, అశోకము, చూతము, నవమల్లిక, నీలోత్పలము అనే ఐదు పూలబాణాలు ఉంటాయని కవి సమయము)

99

ఇంకా విచ్చుకోని మోదుగుపూవులో
నెలవంకలా ఒంపుతిరిగిన కేశరం
లక్కముద్ర వేసి ఎర్రని వస్త్రంలో దాచిన
మన్మథుని ధనస్సులా ఉంది

శార్ఙ్గధర పద్ధతి 3794

100

మామిడి చెట్టు దట్టమైన కొమ్మల వెనుక
గుత్తులుగుత్తులుగా పూచిన పూత మధ్య
ఎక్కడో దాక్కొని
కోయిల కూస్తోందని మనకు ఇట్టే తెలిసిపోతుంది
వారిపనుల ద్వారా సజ్జనులు తెలిసినట్లు

శార్ఙ్గధర పద్ధతి3784

101

మల్లెమొగ్గ చుట్టూ ఝుంకరిస్తూ తిరుగుతూన్న
మెరిసే గండుతుమ్మెద
ఐదు బాణాల మన్మథుని దాడిని సూచిస్తూ
తెల్లని శంఖం ఊదుతున్నట్లుంది

శార్ఙ్గధర పద్ధతి 3786

102

తామరపూవు పుప్పొడిని గ్రోలటానికై
నల్లని గండుతుమ్మెదలు కట్టిన వరుస
వసంతరాణి నడుముపై ధరించిన
మెరిసే నీలంపుమణి మేఖల వలె ఉన్నది

వజ్జాలగ్గం 633

103

ఓ సఖీ!
'దిగులు చెందకు అతను తిరిగి వస్తాడు'
అని నువ్వు ఓదార్చుతున్నప్పటికీ
నేను కలతలేకుండా ఎలా ఉండగలను ?
ఈ వసంతఋతువేళ
పసుపురంగు మామిడిపూత పుప్పొడిని అలంకరించుకొన్న
గండు కోయిల దేహం మెరిసిపోతూ
బంగారాన్ని అరగదీసే నల్లని గీటురాయిని తలపిస్తోంది
నేనేమో
అతను వచ్చివెళ్ళినప్పటినుంచీ
సిగలో ఏ పూలూ అలంకరించుకోకుండా
ఉత్తముడివేసుకొని ఉంటున్నాను.

కురుంతొకై - 192

104

అత్తా!
మామిడికొమ్మలు పూచే అవసరం లేదు
మలయమారుతం వీచే అవసరం లేదు
నా భర్త వస్తే
వసంతఋతువు వచ్చినట్టే!

గాథాసప్తశతి - 642

105

పల్లెటూరి యువకుడొకరు
మామిడిపూతను తలపై ఉంచుకొని వెళుతోంటే
తుమ్మెదలగుంపు అతన్ని అనుసరిస్తూంది
బందీగా చిక్కిన స్త్రీ వెనుక కుర్రకారు వెంటబడినట్లు

గాథాసప్తశతి - 431

106

మామిడిచెట్టు పూత కొచ్చింది
మాగిన సారాయి వాసన మత్తెక్కిస్తోంది
మలయమారుతం చల్లగా వీస్తోంది
ఇలాంటప్పుడు కూడా
నాకన్నా వ్యాపారమే ఎక్కువన్నట్లు వెళిపోయాడు
నా పై ప్రేమ తగ్గిపోయిందేమో!

గాథాసప్తశతి - 197

107

అతను ఇంకా రాలేదు
వసంత ఋతువు వచ్చేసింది.
యువతులు తెల్లని పూలతో ఉన్న
కానుగ చెట్టు లేత ఆకుల్ని నూరుకొని
తమ కౌమారపు చన్నులకు
పూసుకొంటున్నారు బలపడటానికై

ఐంగురునూరు - 347

108

కాకి నల్లగా ఉంటుంది
కోకిల కూడా నల్లగా ఉంటుంది
కాకికి కోకిలకి తేడా ఏమిటి?
వసంతఋతువు వచ్చినపుడు
కాకి కాకే, కోకిల మాత్రం కోకిల

సుభాషిత బృహత్కోశ 9283

109

కోకిల రెండు, మూడు సార్లు పిలిచింది
మామిడి మూడు, నాలుగు మొగ్గలు వేసింది
తుమ్మెదలు ఐదు ఆరు మోదుగు పూలను ఆస్వాదించాయి
ఎల్లెడలా ఆనందం వెల్లివిరిసింది
స్త్రీల హృదయాలు ప్రసన్నమైనాయి
విశ్వాసం చూపని తమ ప్రియుల పట్ల
బిగుసుకొన్న ముడి కొంచెం వదులైంది

నీల – విద్యాకరుని సుభాషిత రత్నకోశ 156

110

వసంతఋతువుకి పూచిన కొండపూలతో
మాలలు అల్లుతూ
పంటను పాడుచేసే చిలుకలను తరిమే
అందమైన కళ్ళ ఆ అమ్మాయికి
నేనొకడిని ఉన్నట్లు కనీసం
తెలియనన్నా తెలియదు
ఆమెను తలచుకొంటు
అర్ధరాత్రి నిద్రలో ఏనుగు నిట్టూర్చినట్లు
నిట్టూర్చుతాను నేను.
నా హృదయం ఆమె వద్దే ఉందని
ఆమెకు కనీసం తెలుసో లేదో
నాకు తెలియదు

కురుంతొగై - 142

111

నేరేడు కొమ్మపై వాలిన నల్లని తుమ్మెదను
ముగ్గిన పండనుకొని రామచిలుక ముక్కున కరుచుకొని
విడిచిపెట్టింది
తుమ్మెదలు కూడా రామచిలుక ముక్కుని
మోదుగ పూవుగా తలచి నేరుగా వచ్చి వాలుతున్నాయి.

రాజశేఖర - విద్యాకరుని సుభాషిత రత్నకోశ 157

112

నడుముకు కెందామర మాలలు
చెవులకు మామిడి లేచివుర్లు
చన్నులను కప్పుతూ ఎఱ్ఱని అశోకపుష్పాలు
కురులలో మాధవీ పువ్వులు
దేహమంతా పొగడపూల పుప్పొడి– ఇదీ అమ్మాయిల వస్త్రధారణ
వసంతఋతువు
అబ్బాయిలకు ఇష్టకామ్య ప్రాప్తి కలుగజేయుగాక.

సావర్ణి, విద్యాకరుని సుభాషిత రత్నకోశ – 178

ప్రేమ స్వరాలు[12]

తిరుక్కురళ్ 3 BCE నుండి 5 CE మధ్యలో రచింపబడిన తమిళ కావ్యం. తిరుక్కురళ్ మూడవ భాగమైన కామత్తుప్పాల్ లోని కొన్ని కురళ్‌లు ఇవి.

1

అప్సరసా? అరుదైనమయూరమా? లేక
అందంగా అలంకరించుకొన్న మానవకన్యా?
ఎవరీమె అంటూ
నా హృదయం తర్కించుకొంటోంది (1081)

2

మృత్యువో, నయనాలో లేక హరిణమో?
ఆమె చూపులు నాకు ఆ మూడింటినీ
స్ఫురింపచేస్తున్నాయి (1085)

3

ఆ యువతి కుచద్వయాన్ని కప్పుతోన్న వస్త్రం,
మదమెక్కిన ఏనుగు కళ్లకు కట్టిన గంతల వలె ఉన్నది (1087)

4

యుద్ధరంగంలో శత్రువులను గడగడలాడించే నా పరాక్రమం
ఆమె అందమైన మోము ముందు ఓడిపోయి తలదించుకొంది
(1088)

5

హరిణి చూపులు, ముగ్ధత్వము అలంకారాలుగా ఉన్న
ఆ పడతికి ఇక వేరే ఆభరణాలు ఎందుకు? (1089)

6

మధువు
సేవించినపుడే మైకం కలుగుతుంది
ప్రేమ
ఉత్తచూపులతోనే హృదయాన్ని మత్తెక్కించగలదు
(1090)

7

ఆమె కాటుక కనులు
ఏకకాలంలో రెండు పనులు చేయగలవు
ఒకటి గాయపరచటం, రెండు స్వస్థపరచటం (1091)

8

నేను చూచినపుడు ఆమె కనులు దించుకొని
నేలచూపులు చూస్తుంది
చూడనపుడు నన్నే చూస్తూ ముసిముసి నవ్వులు చిందిస్తుంది
(1094)

9

నిరంతరం ఒకరినొకరు
కొత్తగా పరిచయమైన వారిగా
భావించటం ప్రేమికులకే చెల్లుతుంది (1099)

10

హృదయం హృదయంతోను
కళ్ళు కళ్లతోను సంభాషిస్తున్నపుడు
మాటల అవసరం ఏముంది? (1100)

11

స్పర్శ, రుచి, వాసన, దృష్టి, శ్రవణం
ఒకేక్షణంలో
పంచేంద్రియ సుఖాలన్నీ ఆమె కౌగిలిలో లభిస్తాయి. (1101)

12

చదువు ఎక్కువ అవుతున్నకొద్దీ
ఏమీ తెలియదనే తెలివిడి కూడా ఎక్కువయినట్లుగానే
ఆమెను ఎంత గాఢంగా అనుభవించినా
ఏమీ అనుభవించలేదనే విషయంకూడా
నెమ్మదినెమ్మదిగా తెలుస్తూంటుంది. (1110)

13

నాముందు సువిశాలమైన
సముద్రమంత ప్రేమ పరుచుకొని ఉంది
కానీ దాటేందుకు చిన్న తెప్పకూడా కనిపించదు (1164)

14

పిచ్చి రాత్రి!
అన్నింటినీ నిద్రబుచ్చి
నాకు తోడుకొరకు మేలుకొని ఉంటోంది (1168)

15

దూరదేశమేగిన నా దయలేని మగని కంటే
క్రూరంగా ఉన్నవీ సుదీర్ఘమైన రాత్రులు (1169)

16

నా హృదయంలానే నా నేత్రాలు కూడా
అతనితో పాటు వెళిపోయి ఉన్నట్లయితే
అవి నేడు నా కన్నీటి వరదల్లో చిక్కుకొని ఉండకపోను
(1170)

17

అతను ఉన్నప్పుడు నా కనులకు నిద్రరాదు,
అతను లేనప్పుడు అవి నిద్రపోవు. ఈ రెండు విపరీతాల మధ్య
నా కనులు ఎంత క్షోభకు గురవుతున్నాయో (1179)

18

మన రహస్యాలన్నీ అందరకూ తెలిసిపోతున్నాయంటే
నిందించాల్సినది బాకాలు ఊదే నా నేత్రాలను (1180)

19

ఈ నల్లపిల్ల కౌగిలింతలో నాకు
ఇల్లు ఇచ్చే చనువు
ఇంటిభోజనపు సుఖం లభిస్తాయి (1107)

20

కలహించు, రాజీపడు, సంగమించు
అవన్నీ ప్రేమ దయతో అనుగ్రహించే వరాలు (1109)

21

ప్రియురాలి తెల్లని పళ్ళు,
ఎర్రని పెదాలు
పాలు తేనె (1121)

22

స్వర్ణకాంతులు చిమ్మే దేహం, ముత్యాల్లాంటి దంతాలు,
పరిమళభరిత సాంగత్యం, చురకత్తుల్లాంటి చూపులు,
భుజాలలో వెదురు మృదుత్వం.
ఎంత వైవిధ్యభరితం నా ప్రేయసి సౌందర్యం (1113)

23

నీలి కలువ ఆమెను చూసి "ఆమె నేత్రాలకు నేనెన్నడూ సరిజోడి కాదు" అని సిగ్గుతో తలదించుకొంది (1114)

24

కళ్ళుమూస్తే
నా ప్రియుని రూపం ఎక్కడ కనుమరుగవుతుందో అని
నేను కళ్ళు మూయటం మానేసాను.
ఇది తెలియని లోకులు
నన్ను నిద్రపోనివ్వటం లేదని అతనిని నిందిస్తున్నారు (1126)

25

ప్రేమప్రతిపాదనకు స్పందన కరువైనప్పుడు ప్రియునికి
మడల్ స్వారీ మాత్రమే గొప్ప ఓదార్పు (1131)

(ప్రియురాలు తిరస్కరించినపుడు ప్రియుడు తాటి ఆకులతో చేసిన గుర్రం బొమ్మ ఎక్కి వీధులలో ప్రియురాలి పేరు/చిత్రం రాసిన జండాని ప్రదర్శిస్తూ, రోదిస్తూ తిరగటాన్ని మడల్ స్వారీ అంటారు. ఇంత జరిగాక ప్రియురాలు అంగీకరించవచ్చు. ఇది సంగం యుగపు ఒక ఆచారం)

26

ఒకప్పుడు ఎంతో హుందాగా, మనోధైర్యంతో ఉండేవాడిని
నేడు
ఒక దుర్బల ప్రేమికుడిలా సిగ్గువిడిచి
మడల్ స్వారీ చేస్తున్నాను (1133)

27

అందమైన గాజులను సన్నని పూమాలల వలె ధరించిన నా ప్రియురాలు
నాకు విరహపు సాయంత్రాలను,
మదల్ స్వారీని బహూకరించింది (1135)

28

సాగరమంతటి ప్రేమోద్రేకం ముంచెత్తినప్పటికీ
స్త్రీకి మదల్ నిషేదం.
ఎంత అదృష్టవంతురాలామె! (1137)

29

నా మగడు పరదేశమేగిన విషయాన్ని
జారిపోయే నా చేతి గాజులు చెబుతున్నాయి (1157)

30

అంతా నా నేత్రాలే చేసాయి.
ఇవి కాదా అతనిని నాకు చూపించి
నయంకాని వేదనకు నన్ను గురిచేసాయి.
నేడేమో కన్నీరు నించుకొని శోకిస్తున్నాయి (1171)

31

ఓహ్ గొప్ప కవితాత్మక న్యాయం జరిగింది.
అతనిని నాకు చూపించి నాలో ఈ వేదనను నింపిన నేత్రాలు
నేడు నిద్రకరువై బాధపడుతున్నాయి. (1176)

32

దీపం ఆర్పేవరకూ చీకటి ఎదురుచూసినట్లు
నా కౌగిలినుంచి ప్రియుడు దూరమయ్యేవరకు
నన్ను ముంచెత్తటానికి కాంతిహీనత ఎదురుచూస్తోంది (1186)

33

అతను నన్ను తలచుకొందామని అనుకొని
తలచుకోలేదు కాబోలు
వచ్చే తుమ్ము ఆగిపోయింది (1203)

34

నిద్రించినపుడు నా చెలికాడు కలల్లోకి వచ్చి కౌగిలించుకొంటాడు
మేలుకొనగానే నా హృదయంలోకి దూరిపోతాడు (1218)

35

పూసలదండలో కనిపించని దారంలా
ఆమె అందం వెనుక ఏదో దాగుని ఉంది (1273)

36

ప్రేమించుకోవటం కుసుమం కన్నా కోమలమైనది
అది కొద్దిమందికి మాత్రమే సిద్ధిస్తుంది (1289

37

నన్ను విడిచివెళిపోయాడని
లోకులు అతన్ని నిందిస్తారు ఎందుకంటే
నా కలల్లోకి వచ్చిపోతున్న విషయం వారికి
తెలియదు కనుక (1220)

38

ఓ వెన్నెలా!
నువ్వు మురికిగా, కాంతివిహీనంగా ఉన్నావేమీ?
నీ ప్రియుడుకూడా దయలేని వాడా? (1222)

39

నా ప్రియుడు తిరిగి వచ్చాక
నా కరువు తీరేలా
అతన్ని గ్రోలుతాను, భుజిస్తాను, క్రీడిస్తాను (1266)

40

ఆమె కళ్ళతోనే తన ప్రియునికి మాత్రమే తెలిసేలా
ప్రాధేయపడుతూ తన విరహాన్ని ప్రకటిస్తున్నది.
ఆమెకు సిగ్గు ఎక్కువ అని అందరూ అనుకొంటున్నారు(1280)

41

అత్యంత కోమలమని పేరుగాంచిన అవిసె కుసుమమా!
మరచిపోకు
నీకన్నా నా ప్రేయసి మరింత మెత్తన (1111)

నానావిధ

1

మొదట ఒక కౌగిలింత.
ఓటమిని అంగీకరించి
అతను తన పణాన్ని ఒదులుకొని
జూదనియమాలను అనుసరించి మరొక పందెం కోరాడు
తన ఉద్వేగాన్ని ఎంత దాచాలని ప్రయత్నించినా
ఆమె ఒణికే పెదవులు దాచలేవు
చెమర్చిన చేతులలోకి పాచికలను
తీసుకొందామె మారుమాట్లాడక

- యోగేశ్వరుడు

2

ఆమె విరహజ్వరం
నీరు మరిగేంత వేడిగా ఉంది
చేతులకు నూనె పూసుకునైనా
ఆమెను పరీక్షించే సాహసం ఎవరూ చేయలేదు
దహించుకుపోతామనే భయంవల్ల.
మూలికలు, చందనపు పూతలు
పనికిరాకుండా పోయాయి

ఆమె హారంలోని ముత్యాలు
పేలాల్లా పేలిపోవటంచూసి
మేమెంతో ఆశ్చర్యపోయాం

- యోగేశ్వరుడు

3

బాణుడు నిత్యం సంచరించిన బాట
భవభూతి ఆవిష్కరించిన మార్గం
కమలాయుధుడు, కేశటుడు సాగిన పథం
వాక్పతిరాజు స్పర్శతో పులకించిన దారి
ఈశ్వరానుగ్రహం పొందిన కవిపుంగవులకు
ఇంకా తెరుచుకొనే ఉంది - యోగేశ్వరుడు

4

ఓ స్నేహితుడా!
కాలి అందియల తెరుచుకొన్న నోళ్ళలో
దూది కూరి వాటి నోరుమూయించాను
వడ్డాణం చుట్టూ వస్త్రాన్ని చుట్టి
దాని మువ్వల గలగలల సద్దుమణిచాను
పంజరపు చిలుకలు నిద్రిస్తున్నాయి
పనివాళ్ళు కలల్లో విహరిస్తున్నారు
రహదారి నిర్జనంగా ఉంది
చీకటి చిక్కగా ఉంది
రా... వచ్చేయి.... లేచిపోదాం - యోగేశ్వరుడు

5

అమ్మా!
చెప్పు నాయినా!
నాన్న చేతులమధ్య ఏం ఉంది?
ఒక పండు, కన్నా!
అది నాకు కావాలి, ఇస్తాడా?
ఇస్తాడు, వెళ్ళి తెచ్చుకో

తల్లి పార్వతి మాట విని కుమారస్వామి
సంధ్యవేళ అంజలి ఘటిస్తున్న ముకుళిత హస్తాలను
చిట్టిచేతులతో తెరిచి ధ్యానాన్ని భగ్నం చేయగా
శివుడు చిందించిన చిరునవ్వులు మనలను రక్షించుగాక!

- యోగేశ్వరుడు

6

మోపు ఎక్కువై బండి చక్రాలు ఇసుకలో కూరుకుపోయినపుడు
మిగిలిన ఎద్దులన్నీ అలసిపోగా
మోర సారించి బరువును
అనాయాసంగా బయటకు లాగిన ఎద్దును
బండి నడిపేవాడు ఎన్నటికీ మరచిపోడు

- శార్ఙ్గధర పద్ధతి

7

పెద్దగా కూడబెట్టిందేమీ లేదు
జ్ఞానం ఆర్జించానని చెప్పుకోవటానికి ఏమీ లేదు
గొప్ప పేరుప్రఖ్యాతలు సంపాదించిందినదీ లేదు
అప్పుడే నా సమయం ఐపోవస్తున్నది

దండి కవి 6/7 వ శతాబ్దం

8

ఆమె వేగంగా తన జఘనాన్ని నా పట్టు ఉత్తరీయంతో కప్పుకొంది
సయ్యాటలో విడివడిన జుత్తును రెండుచేతులతో ముడివేసుకొంది
నా నఖక్షతాలతో శోభిల్లుతున్న చన్నులు ఆమె అదిరే శ్వాసను వెల్లడిచేస్తున్నాయి

సంభోగానంతరం ఆమె తలదించుకొని ఉంది
బహుశా తన నిర్లజ్జతను గుర్తుచేసుకొంటోంది కాబోలు.

- అభినందుడు

9

"అమ్మ, నాన్న ఒకే దేహంగా మారినపుడు
వారి మిగిలిన శరీర అర్ధభాగాలు ఏమయ్యాయి అన్నయ్యా?" అని ప్రశ్నించిన కుమారస్వామితో
"ఒక అర్ధభాగం పురుషులుగా మరొక అర్ధభాగం స్త్రీలుగా
భూమిపై జన్మించాయి"
అని చెప్పిన గణేశునికి నమోవాకములు.

మందనకవి (17 వ శతాబ్దపుకవి)

10

యుద్ధరంగానికి
అనంతంగా బంధించబడ్డామని గ్రహించిన
ఆ ఇద్దరు యోధులు
ఒకరి శిరస్సును మరొకరు ఖండించుకొని
దేహాలకు స్వేచ్ఛనొసగి
స్నేహితుల్లా చేయి చేయి కలిపి స్వర్గానికి చేరుకొన్నారు.

(సంస్కృత కావ్యం మధురావిజయము - కవయిత్రి గంగాదేవి 1371 CE)

11

నా కన్యత్వాన్ని తస్కరించిన యువకుడే
నేడు సరసన ఉన్నాడు భర్తగా
అవే చైత్రమాస రాత్రులు
సన్నజాజుల తీవెల మీదుగా వీచే
కదంబవనాల గాలులకు అదే పరిమళం
నేనూ అప్పటిలానే ఉన్నాను
కానీ
తనివితీరని నా హృదయం మాత్రం
రేవానదీ తీరపు వెదురుపొదలలో సాగించిన సయ్యాటలకోసం
ఇంకా ఉవ్విళ్ళూరుతూనే ఉంది.

(కాశ్మీర కవయిత్రి శీలాభట్టారిక CE 9 వ శతాబ్దం)

12

అదే గది ఇన్నాళ్ళూ
వంటగది, ఒడ్లుదంచే గది,
కొట్టుగది, పిల్లల గది, పడక గది.
నిరుపేద అయిన తండ్రి అదంతా భరించాడు
అతని మూలుగుతోన్న భార్య ప్రసవిస్తే
నేడో రేపో అదే గది
పురిటి గది కూడా
ఎంత భరింపరాని దుఃఖం అతనిది

వైనతేయ, విద్యాకరుని సుభాషిత రత్నకోశ

13

"ఇలా రా చిట్టితండ్రి, ఏడవకు!
నీ స్నేహితులు ధరించినట్టి అందమైన దుస్తులు నీకు లేవని
బాధపడకు
మీ నాన్న కూడా వస్తారు
రత్నహారాలు, పట్టు దుస్తులు తెస్తారు".
గోడచాటునుండి ఆ తల్లి మాటలు విన్న
చిల్లిగవ్వ లేని అతను, నిట్టూర్చి
తలదించుకొని మరలా దేశాంతరాలు పట్టాడు.

1314 - విద్యాకరుని సుభాషిత రత్నకోశ

14

మంచి వారు తమ ఆశ్రితులను
వారికి యోగ్యత లేనప్పటికీ విడిచిపెట్టరు
పౌర్ణమి అయినా కృష్ణపక్షం అయినా
చంద్రుడు తన మచ్చలను ఒదులుకోడు

1357, రవిగుప్త విద్యాకరుని సుభాషిత రత్నకోశ

15

కొండలపై దుంపలు లేవా, చెట్లకు బెరడులు లేవా
హిమాలయ శిఖరాలపై నుండి జాలువారే సెలయేళ్ళు లేవా
మరెందుకు
జ్ఞానవంతులు కూడా ప్రభువులకు
ఒంగి ఒంగి నమస్కారాలు పెట్టేందుకై
వారి గుమ్మాల వద్ద రోజుల తరబడి
నిరీక్షించటం?

1446, విద్యాకరుని సుభాషిత రత్నకోశ

16

ప్రాచీన కవులు వేసిన బాటపై
నేను నడుస్తున్నాను
వజ్రం ముత్యానికి చేసిన రంధ్రంలో
మెత్తని దారం ఎక్కి హారం అల్లుతుంది

కాళిదాసు

17

విమర్శకుడు ఒంటె లాంటి జీవి
పూల తోటలో సంచరిస్తూ
పూలు, పళ్ళు ఆస్వాదించలేడు
ముళ్ళు కనిపిస్తే తప్ప కడుపు నిండదు

అజ్ఞాత సంస్కృత కవి

18

"చిరిగిన ఆ బొంతముక్క ఇలా ఇవ్వండి లేదూ
బిడ్డను మీదగ్గర పడుకోబెట్టుకోండి
ఇక్కడ నేలపై ఏమీ లేదు
అక్కడ మీవద్ద కనీసం కొంత గడ్డైనా ఉంది"
ఆ తల్లి మాటలు విన్న దొంగ
ఎక్కడో దొంగిలించి చిరిగిన గొంగటిని వారిపైకి విసిరి
కన్నీరు కార్చుతూ దూరంగా వెళిపోయాడు

శార్ఙ్గధర పద్ధతి

(షాజహానును కీర్తిస్తూ జగన్నాథ పండితరాయలు (1590-1670) చెప్పిన పద్యాలు)

19

ఈ లోకంలో సహాయంకొరకు
ఇద్దరు ఈశ్వరులను మాత్రమే వేడుకోవాలి
ఒకరు ఢిల్లీశ్వరుడు మరొకరు సర్వేశ్వరుడు
ఆదరించటంలో మిగిలినవారెవరూ
వీరికి సమ ఉజ్జీలు కారు.

20

ఓ షాబుద్దిన్ మహరాజా!
నీవంటి సుగుణాలు కలిగిన వారు
ఈ ప్రపంచంలో మరొకరు ఉండరు
సృష్టికర్త మరోప్రపంచాన్ని పునఃసృష్టించినా
అక్కడ కూడా నీకు సమానుడు ఉండడు.

21

ఓ పాలసంద్రమా!
నీవు దేవుని ప్రత్యేక సృష్టి అని
అనంతమైన ఘనత, లోతు, రత్నాలతో
అనుగ్రహింపబడిన దానవని గర్వించకు
ఎందుకంటే
నీకు సమానంగా ఢిల్లీ చక్రవర్తి దారాషుకో ఉన్నాడు

భూరన్ నిజాం షా (1510-1553) యుద్ధరంగంలో కదం తొక్కటాన్ని భానుకర కవి ఇలా వర్ణించాడు.

22

గుర్రపు డెక్కలు కలిగించే ఒత్తిడికి భూమి మూర్ఛిల్లగా
సముద్రం అలలతో ఉప్పొంగి
భూమిమోముపై నీళ్ళు జల్లిందట
దిక్పాలకులు బలమైన గాలులను పంపి
పతాకాలతో వీవెనలు వీచారట
మూర్ఛనుండి కోలుకొనే వైద్యం కొరకు
పైకెగసిన ధూళి అశ్వనీదేవతలవైపు పరుగులిడిందట

23

నిజాంప్రభువు కోపంతో శత్రువులను చూస్తే
కంటిచూపుకే వారు తునియలైపోతారు
ఆకాశంలోని సూర్యుడు కూడా ఒణికిపోతూ
అపజయమే లేని మన ప్రభువు పతాకంలో తలదాచుకొంటాడు

24

తొలిరాత్రి
ఆ యువతి శృంగారంలో గొప్ప నైపుణ్యాన్ని కనబరిచింది
ఆ మగడు తలపట్టుకొని, ఆందోళన చెందాడు
ఆమె నవ్వుతూ
అప్పుడే పుట్టిన సింహం కూన
ఏనుగుపై దూకుతున్న చిత్రాన్ని గోడపై లిఖించి చూపింది.

వాత్సాయన కామ సూత్ర

(Indian Love Poems, Edited by Meena Alexander 2005)

25

ఎర్రని ధూళిని ఎగచిమ్మే బండి దారిపై
నలిగిన చెరకుచిందిన రసపు ఎండిన చారికలు
భారంగా ఒంగిన బార్లీ కంకులపై వాలిన చిలుకల మంద
పంటబోదిలో చెరువువైపు ఈదే చేపల గుంపు
ఎండకి ఏటి ఒడ్డు చల్లని బురదలో సేదతీరే గొల్లపిల్లాడు

–అభినందుడు

థేరాగాథలు

(ఇవి రెండువేల ఏండ్లక్రితం బౌద్ధసంఘంలో భిక్షుకులుగా జీవించిన పురుషులు రాసుకొన్న ఆధ్యాత్మిక అనుభవాలు. వీటిని థేరాగాథలు అంటారు.)

26

నా కుటీరం పై కప్పు ధృఢంగా ఉంది
పెంకులు బలంగా ఉన్నాయి
నా మనసు కూడా ప్రశాంతంగా, స్వేచ్ఛగా ఉంది
వరుణదేవా వచ్చి వర్షించు - సుభుతి 1.1

27

పైకప్పు బలంగా లేని ఇంటిలోకి
వర్షం నీరు కారినట్లు
అపరిపక్వ హృదయంలో
కోర్కెలు వర్షిస్తాయి - 2.7 రాధ

28

రైతులు నీటిని మళ్ళిస్తూంటారు
వేటగాళ్ళు బాణపు మొనలు పదునుచేస్తుంటారు
వడ్రంగులు చెక్కను నునుపు తీస్తుంటారు
సాధకులు తమను తాము మచ్చిక చేసుకొంటూంటారు

- కుల 1.19

29

వార్ధక్యం ఒక శాపంలా మీద పడుతుంది
దేహం వేరెవరిదో లా అనిపిస్తుంది
నన్ను నేను చూసుకొంటే ఎవరో జ్ఞాపకం వస్తారు
కానీ ఇది నేనే, నేనెక్కడికీ పోలేదు. - 1.118 కిమిల

30

మనుషులు మనుషుల్ని ప్రేమిస్తారు
మనుషులు మనుషులపై ఆధారపడతారు
మనుషులు మనుషులచే గాయపడతారు
మనుషులు మనుషుల్ని గాయపరుస్తారు -సబ్బమిత్త 2.15

నోట్స్

సంగం కవిత్వం[1]

సంగం కవిత్వం, 300 BCE నుండి 300 CE మధ్య రచింపబడిన తమిళ సాహిత్యం. ఇంతవరకూ లభించిన సంగం కవిత్వం సుమారు 473 మంది కవులు రచించిన 30 వేల పాదాలున్న 2381 కవితలు. ఈ 473 మంది కవులలో 103 మంది అజ్ఞాతకవులు. కపిలర్ కవి పేరుతో అత్యధికంగా 235 గాథలు ఉన్నాయి. సంగం కవిత్వంలో రెండు సంప్రదాయాలున్నాయి. ఒకటి అకం- ప్రేమ, మానవోద్వేగాలను వర్ణించే భాగం, రెండు పురం- రాజకీయాలు, యుద్ధాలను ప్రతిబింబించే భాగం. ఈ సాహిత్యంలో వేటగాళ్ళు, రైతులు, నావికులు మత్స్యకారులు, కుమ్మరులు, గొల్లలు, వర్తకులు, గాయకులు, కమ్మరులు, సైనికులు లాంటి దిగువతరగతి కుటుంబాలకు చెందిన సామాన్య వ్యక్తులే ప్రధాన పాత్రలు. కులీనుల జీవిత చిత్రణ అరుదు.

తెలుగు తమిళాలు ఒకే రకమైన మూలాలను, సంస్కృతిని పంచుకొన్నప్పటికీ తెలుగు తమిళవారసత్వాన్ని కాక, సంస్కృత కావ్య వారసత్వాన్ని అందిపుచ్చుకోవటం వల్ల, ప్రాచీనమైన ఉమ్మడి తమిళ, ప్రాకృత మూలాలకు దూరం జరిగిపోయింది. నన్నయకు పూర్వం తెలుగు సాహిత్యం ఉండేదని అరకొర ఆధారాలు లభిస్తాయి తప్ప బలమైన ఋజువులు లేవు. సంగం సాహిత్యానికి తొలి తెలుగు సాహిత్యానికి మధ్య సుమారు వెయ్యేళ్ల వ్యత్యాసం ఎందుకు ఉందనే ప్రశ్న విలువైనది.

“సంగం సాహిత్యం ఎక్కువగా జైన, బౌద్ధ విశ్వాసాలకు సంబంధించినది. ఆ తరువాత కాలంలో వచ్చిన శైవ వైష్ణవ సంప్రదాయ పండితులు ప్రోత్సహించని కారణంగా సంగం సాహిత్యం చాన్నాళ్ళు గుప్తంగా ఉండిపోయింది” అని Poems of Love and War పేరుతో వెలువరించిన సంగం సాహిత్య అనువాదరచనకు రాసిన ముందుమాటలో శ్రీ A.K. Ramanujan అన్నారు.

ఈ పని తెలుగునాట కూడా జరిగి ఉంటుంది. నన్నయపూర్వ ప్రాకృత లేదా ప్రాచీన తెలుగు సాహిత్యం ఎక్కువగా జైన, బౌద్ధ విశ్వాసాలకు సంబంధించినదనే కారణంతో సంప్రదాయ పండితులు దాన్ని తగలపెట్టి ఉంటారు. ఇదే అభిప్రాయాన్ని శ్రీ కట్టమంచి రామలింగారెడ్డి, రాళ్ళపల్లి వారి గాథాసప్తశతి తొలి తెలుగు అనువాద రచన తొలిముద్రణ (1931) ముందుమాటలో చెప్పారు. సంగం సాహిత్య వారసత్వాన్ని రెండువేల సంవత్సరాల పాటు అటకలపై దాచుకొని, మఠాలలో భద్రపరచుకొని నిలబెట్టుకొన్నారు తమిళులు. తెలుగునేలపై అలాంటి పని జరిగినట్లు లేదు. బ్రాహ్మణిజపు విలువల్ని స్థాపించే మహాభారత కావ్యానువాద రచన చేసిన నన్నయను తెలుగుభాషకు 'ఆదికవి' గా ప్రతిష్ఠించుకోవలసి వచ్చింది.

❖❖❖

ప్రాచీనతమిళ సమాజాన్ని, సంస్కృతిని అర్థం చేసుకొనటానికి సంగం సాహిత్యం ఎంతో దోహదపడుతుంది. ప్రేమ, రాజ్యపాలన, యుద్ధం, నీతి, రాజకీయాలు, ప్రకృతి, సామాన్యప్రజల జీవనం వంటి అనేక జీవితకోణాలను ఈ సాహిత్యం ఆవిష్కరిస్తుంది. సంగం కాలం తరువాత శైవ నాయనార్ల, వైష్ణవ ఆళ్వార్ల సాహిత్యం ప్రసిద్ధి చెందింది.

సంగం కవిత్వంలో ప్రముఖమైనది ఎట్టుత్తొగై. ఇది ఎనిమిది సంకలనాల సముదాయం. అవి Ainkurunuru, Akananuru, Purananuru, Kalittokai, Kuruntokai, Natrinai, Paripadal, Patirruppattu.

ఈ ప్రాచీన కావ్యాలను వెలుగులోకి తెచ్చింది శ్రీ సామినాథ అయ్యర్ (1855-1942). తమిళ సంగం సాహిత్యం పునరుజ్జీవనం కొరకు ఇతను ఊరూరు తిరుగుతూ, మఠాలను సందర్శిస్తూ, అటకలపై దాచిన తాళపత్ర గ్రంథాలను సేకరిస్తూ, వాటిని పరిష్కరించి పుస్తకరూపంలో ప్రచురించటానికై తన యావజ్జీవితాన్ని వెచ్చించాడు. దాదాపు కనుమరుగైపోయిన ఒక విస్మృత సారస్వతాన్ని తిరిగి బతికించి ప్రచారంలోకి తీసుకొని వచ్చాడు.

1877లో ఎట్టుత్తొగై మొదటి ముద్రణకు రాసిన ముందుమాటలోని ఈ వాక్యాలు ఒక చారిత్రిక సందర్భాన్ని నమోదు చేస్తాయి

"నిప్పు, నీరుల నుండి తప్పించుకొన్నవి మాత్రమే నిలిచాయి. వాటిలోకూడా చెదపురుగుల బారినబడి మిగిలినవి కొన్నే.... ముడి విప్పితే తాటిఆకులు పికిలిపోతాయి,

ఆకు తిప్పితే అది మధ్యకు విరిగిపోతుంది.... పాత రాత ప్రతులు పొడుం పొడుం అయ్యాయి, వాటికి ఎవరూ పుత్రికలను పుట్టించలేకపోయారు"

ఆ విధంగా వెలుగు చూసిన సంగం సాహిత్యం భారతీయ సాహిత్యచరిత్రలో గొప్ప స్థానాన్ని పొందింది. సంగం సాహిత్యం ఆర్యసంస్కృతి ప్రభావం దక్షిణ భారతదేశంపై ఇంకా పడని కాలంలో రచించబడటం వల్ల, వైదిక దేవతలు, ఆచారాలు, సంస్కృత పదాలు, పురుషాధిక్యత, వర్ణవ్యవస్థ లాంటివి కనిపించవు. ఆ విధంగా సంగం సాహిత్యపు చారిత్రికత ఎంతో విలువైనది. ఇది తమిళుల ఇంకా చెప్పాలంటే దక్షిణ భారతదేశ సంస్కృతిని ప్రతిబింబించే సాహిత్యం.

ఈ గాథలకు - https://sangamtranslationsbyvaidehi.com, Sri. A.K. Ramanujan, Sri. M.L. Thangappa, Prof. S.M. Ponniah వంటి ప్రముఖుల అనువాదాలు దారిచూపాయి.

❖❖❖

కవి కులవత్సలుడు హాలుడు[2]

హాలుని కాలం

హాలుడు CE 20-24 మధ్య పాలించిన శాతవాహన రాజు. పురాణాలలో చెప్పిన ముప్ఫై మంది శాతవాహన రాజులలో హాలుడు పదిహేడవ వాడు, నాలుగేండ్లు మాత్రమే పాలన సాగించాడు.

సప్తశతి గాథలను ఐదోశతాబ్దం వరకూ రాస్తూనే ఉన్నారని D.R. Bandarkar ప్రతిపాదించారు. దీనికి ఆధారంగా సప్తశతిలోని 261 వ గాథలో మంగళవారం అన్న పదాన్ని, 89 వ గాథలో "రాధాకృష్ణుల ప్రేమ" చెప్పటాన్ని ఉదహరిస్తారు. ఎందుకంటే- రోజులను వారాలుగా వ్యవహరించే పద్ధతి మొదటిసారిగా CE 398 లో వ్రాసిన శ్రీలంకకు చెందిన ఒక శాసనంలో కనిపిస్తుంది. అదేవిధంగా రాధాకృష్ణుల భక్తిభావన అయిదో శతాబ్దంలో మొదటగా చెప్పబడింది.

గాథాసప్తశతికి భువనపాలుడు చేసిన వ్యాఖ్యానంలో ఈ గాథలను రచించిన వారు అంటూ 354 మంది కవుల పేర్లను ఉటంకించాడు. హాలుడు స్వయంగా 44 గాథలు రచించాడని, ఆరుగురికి పైగా స్త్రీ గాథాకారులున్నారని పేర్కొన్నాడు.

జర్మన్ ఇండాలజిస్ట్ Albrecht Weber 188లో గాథాసప్తశతి 17 రాత ప్రతులను సేకరించి వాటిలో 964 గాథలను గుర్తించి వాటిని సంస్కరించి మొదటి ప్రతిని వెలువరించాడు. (ఈ పుస్తకంలో ఇచ్చిన గాథాసంఖ్యలు వీబర్ వరుసక్రమానికి చెందినవి)

ఈ వ్రాత ప్రతులలో మొత్తం 430 గాథలు ఉమ్మడిగా అన్నింటిలో ఉండగా మిగిలిన గాథలు మారుతూ వచ్చాయి. అవి ఒకటో శతాబ్దం తరువాత కాలంలో చేరిన ప్రక్షిప్తాలు కావొచ్చునని పండితులు నిర్ధారించారు.

ఇతరకావ్యాలలో హాలుని గురించిన ప్రస్తావనలు

CE 620లో బాణుడు తన హర్షచరిత కావ్యంలో - "శాతవాహనుడు మేలిమి రత్నాల్లాంటి, గాథలను సేకరణ జరిపాడు" అంటూ చేసిన వ్యాఖ్య సంకలనకర్తగా హాలుని గురించి లభించే తొలి ప్రస్తావన.

CE 779లో జైన పండితుడైన ఉద్యోతనసూరి తన కువలయమాల గ్రంథంలో

"మత్తెక్కించే మాటలతో

పామరులను కూడా కవులను చేసిన

హాలుని గాథలు ఉండగా ఇక కవిత్వం వ్రాసి

ప్రయోజనం ఏముంది?" అంటూ హాలుని సప్తశతిగాథల సాహిత్యవిలువను కీర్తించాడు.

తొమ్మిదో శతాబ్దానికి చెందిన అభినందుడు తన రామచరిత కావ్యంలో శ్రీ హర్షుడు "హాలుని వలె" కవుల ప్రతిభను చాటే గాథలసంకలనాన్ని కూర్చాడని వర్ణించాడు.

పన్నెండో శతాబ్దానికి చెందిన గోవర్ధనుడు తన ఆర్యసప్తశతి కావ్యంలో హాలుని గాథాసప్తశతిని ప్రస్తావించాడు.

హర్షచరిత వ్రాసిన బాణభట్టు హాలుని ప్రస్తావన చేసాడు.

భోజరాజు వ్రాసిన శృంగారప్రకాశ కావ్యంలో హాలుని ప్రసక్తి ఇలా ఉంది.

"హరిచంద్ర, హాలుడు వీరిరువురే కవులు

మనలాంటి వారందరమూ

కవులుగా పిలవబడుతున్నవారం అంతే" (భోజ చక్రవర్తి వ్రాసిన శృంగార ప్రకాశ కావ్యం- 100)

5వ శతాబ్దానికి చెందిన జయవల్లభుడు రచించిన వజ్జాలగ్గం కూడా గాథాసప్తశతిలాంటి కావ్యమే. వజ్జాలగ్గములో హాలుని ప్రస్తావన ఒక గాథలో కనిపిస్తుంది.

హాల మహాచక్రవర్తి మరణించినా

ప్రతిష్ఠానపురం గోదావరి నదీతీరంపైనే ఉన్నది. (వజ్జాలగ్గము- 468).

ఈ గాథద్వారా హాలుడి రాజధాని ప్రతిష్ఠానపురమని (మహారాష్ట్ర) తెలుస్తుంది. రాజు మరణించినా రాజ్యం మరణించదు అనే ప్రాపంచిక సత్యం ప్రకటించబడింది.

❖❖❖

గాథాసప్తశతి ప్రాకృత భాషలో రాయబడింది. ఇది ప్రజల భాష. సాహిత్యపరంగా శాతవాహనుల పాలన అనంతరం సంస్కృతభాష క్రమేపీ పైచేయి సాధించి, పండితుల భాషగా స్థిరపడటం ఒక చారిత్రిక సాహిత్య పరిణామం.

హాలుడుఒక కుంభకారుని కొడుకు అని; సంస్కృత పాండిత్యము లేని రాజు అని; వాత్స్యాయనుడి కామసూత్రలో దుష్టుడైన రాజుయొక్క స్నేహితుడని; నాగార్జునాచార్యుడు వ్రాసిన సుహృల్లేఖలలో హాలుని ప్రస్తావన ఉన్నదని; గుణాఢ్యుడు వ్రాసిన బృహత్కథను మొదట తిరస్కరించి తరువాత తప్పుతెలుసుకొని ఆ కథలను అగ్నికి ఆహుతికాకుండా కాపాడిన రాజు అని, గొప్ప పండితుడని అనేక కథలు ప్రచారంలో ఉన్నాయి. సత్యాసత్యాలు విచారించటానికి ఆధారాలు మృగ్యం. కానీ గాథాసప్తశతి సంకలనకర్తగా హాలుని పాత్ర నిర్వివాదాంశం.

ఎనిమిదో శతాబ్దానికి చెందిన కుతూహలుడు హాలుని ప్రధానపాత్రగా తీసుకొని వ్రాసిన కావ్యం పేరు లీలావతి (లీలావాయీ). దీనిలో హాలుని వెంట వందమంది కవులు ఉన్నారనే వర్ణనలను బట్టి హాలునికి కవిజన వత్సలుడు అన్న బిరుదు సబబే అని అనిపించకమానదు.

Poems on Life and Love in Ancient India, Hala's Sattasai, by Peter Khoroche and Herman Tieken, Gatha Saptasati by Radhagovinda Basak, Gathasaptasati by Jagannatha Pathaka ఇంకా శ్రీ రాళ్లపల్లి అనంత కృష్ణ శర్మ, శ్రీ గట్టి లక్ష్మీ నరశింహ శాస్త్రి, శ్రీదేవి సుబ్బారావు లాంటి ప్రముఖులు చేసిన తెలుగు అనువాదాలు ఈ గాథల అనువాదాలకు ప్రేరణ.

❖❖❖

సప్తశతి గాథలలో మత ప్రస్తావనలు[2]

సప్తశతి గాథలు భౌగోళికంగా దక్కను భూభాగానికి చెందినవి. ఉత్తర భారతదేశంలో స్థిరపడిన ఆర్యనైజేషన్ క్రమక్రమంగా దక్షిణభారతదేశానికి విస్తరిస్తూ వస్తున్న కాలంలో సప్తశతీగాథలు వ్రాయబడ్డాయి. పరిపాలన, సామాజిక, ఆర్థిక, మతం, సాహిత్యం, కళలు లాంటి అన్ని రంగాలు ఆర్యనైజేషన్ అనే మూసలోకి ఒదిగిపోతున్న లేదా బలవంతంగా ఒదిగించబడుతోన్న కాలమది.

గాథాసప్తశతి కాలానికి బౌద్ధజైనాలు ప్రధాన మతాలుగా ఉండేవి. సప్తశతి గాథలు ప్రాకృత భాషలో వ్రాయబడినవి. ఆ భాష బౌద్ధమతానికి ఆలవాలంగా ఉన్న కారణంగా వైదిక ప్రచారకులు ఆ భాషలో ఉన్న పుస్తకాలను తగలపెట్టారు. ఆ మారణక్రతువు నుంచి గాథా సప్తశతి ఎలాగో తప్పించుకొంది అంటారు శ్రీ కట్టమంచి రామలింగారెడ్డి. నేడు మనకు లభిస్తున్న గాథలలో బుద్ధదేవుని ప్రస్తావన కనిపించదు. బహుశా తరవాతక్రమంలో తొలగించబడి ఉండవచ్చు. కాగా వైదికసంస్కృతికి చెందిన పశు పతి, గౌరి, రుద్ర, పార్వతి, లక్ష్మి, నారాయణుడు లాంటి దేవుళ్ల ప్రస్తావన పదే పదే వస్తుంది.

గాథాసప్తశతి శివస్తుతితో మొదలై (1) శివుని మంగళ స్తుతితో (700) ముగుస్తుంది. రెండు గాథలలో పార్వతీపరమేశ్వరుల అన్యోన్యదాంపత్యం ధ్వనిప్రధానంగా కనిపిస్తుంది. మొదటి చివరి గాథలు పార్వతీపరమేశ్వరుల అర్ధనారీశ్వర లక్షణాన్ని ప్రధాన అంశంగా చేసుకొని చెప్పబడినవి. అర్ధనారీశ్వరత స్త్రీపురుషుల అన్యోన్యతకు సంకేతం.

హిందూమత ప్రధాన లక్షణమైన కులవ్యవస్థ సప్తశతి గాథలలో కనిపించదు. స్త్రీలు స్వేచ్ఛను కలిగి ఉండి సమాజంలో ప్రముఖపాత్ర వహించారని శాతవాహనుల రాణులు వేయించిన శాసనాల ద్వారా తెలుస్తుంది. అది గాథలలో కూడా ప్రతిబింబించింది. శృంగారం పురుషార్థంగా చెప్పబడింది. బహుభార్యత్వం ఉంది. సతీసహగమనమూ

ఉంది. వైదిక సంస్కృతి క్రమక్రమంగా హిందూమతంగా స్థిరపడుతూన్న కాలం ఈ గాథలలో నిక్షిప్తం చేయబడింది. ఈ గాథలన్నీ ఆనాటి సమాజంలోని సామాన్యుల జీవితానుభవాలు.

❖❖❖

సప్తశతి కాలానికి రామాయణం ఇంకా మతగ్రంథ స్థాయికి చేరనప్పటికీ ఆ కావ్య సారాంసాన్ని గ్రామీణులు కూడా గ్రహించగలిగారని 135 వ గాథ ద్వారా అర్థమౌతుంది. లేదూ ఆ గాథ తరువాత కాలంలో చేసిన ప్రక్షిప్తం కూడా కావొచ్చు. గాథాసప్తశతి అనగానే జనబాహుళ్యంలో శృంగారరాతలు అనే అపప్రథ ఉంది. కొన్ని గాథలలో విచ్చలవిడి శృంగారేచ్ఛ ప్రకటించబడినప్పటికీ చాలాగాథలు అలా ఉండవు. ఈ గాథలో రామాయణంలోని రామలక్ష్మణుల అనుబంధాన్ని ఆదర్శంగా తీసుకొమ్మని, లక్ష్మణుడు సీతాదేవిల అనుబంధం ఎలాంటిదో మనమధ్య అనుబంధం కూడా అంతటి పవిత్రమైనదేనని ఒక వదిన మరిదికి చెప్పటం ఆనాటి కుటుంబ సంబంధాలను కళ్ళకు కదుతుంది. వెసూవియస్ అగ్నిపర్వతం వల్ల ధ్వంసమైన పాంపే శిథిలాలలో ఆనాటి అనేక కుడ్య చిత్రాలు బయటపడ్డాయి. దాదాపు అదేకాలంలో ఇక్కడి ఇండ్లలోకూడా కుడ్యచిత్రాలు ఉండేవి అనే సంగతి ఈగాథ ద్వారా అర్థం చేసుకొనవచ్చును.

❖❖❖

408 వ గాథలో కాపాలిక మతం ప్రస్తావించబడింది. కాపాలిక మతం శైవానికి సంబంధించిన ఒక సంప్రదాయం. ఇది అతి ప్రాచీనకాలంనుండి పదమూడవ శతాబ్దం వరకూ ఆంధ్ర, మహరాష్ట్ర ప్రాంతాలలో ప్రబలంగా ఉండేది. ఈ మతాన్ని అవలంబించేవారు ఒంటినిండా చితాభస్మాన్ని పూసుకొని, ఒక చేతిలో కపాలాన్ని, మరొక చేతిలో త్రిశూలాన్ని ధరించి భిక్షాటన చేస్తారు. మధ్యసేవనం, శృంగారం, తాంత్రిక పూజలు, మనుషులను బలిచ్చి ఆ మాంసాన్ని భక్షించటం లాంటి క్రతువుల ద్వారా శివైక్యం పొందవచ్చునని ఈ మతస్తుల విశ్వాసంగా ఉండేది. ఇహలోక సుఖాలే మోక్షమార్గమని వీరి నమ్మకం.

బ్రహ్మదేవుని శిరస్సును ఖండించిన శివుని వలె వీరు కూడా పన్నెండేళ్లపాటు తపస్సు చేసి ఒక బ్రాహ్మణుడిని బలి ఇవ్వటాన్ని ఆచారంగా పాటించేవారు. ఇలాంటి జుగుప్సాకర పద్ధతులవలన కాపాలికమతం ఇతర మతాల కోపానికి గురయ్యేది. కాలక్రమేణా కాపాలిక మతం కొన్ని సంప్రదాయాలను త్యజించుకొని, నేటికీ అఘోరాల రూపంలో అక్కడక్కడా కనిపిస్తుంది.

408 గాథ కాపాలికా మత ఆచారాలను ప్రస్తావించే మొట్టమొదటి చారిత్రిక ఆధారం. ఈ గాథలో ప్రియుని చితాభస్మం ఒంటికిపూసుకోవటం ఒక పార్శ్వమైతే, అతని చితాభస్మాన్ని తాకగానే అతనితో గడిపిన అనుభవాలు జ్ఞప్తికి వచ్చి శరీరం పులకరించటం మరొక పార్శ్వం. పారడాక్సికల్ మానవానుభవపు వ్యక్తీకరణకు ఈ గాథ ఒక పరాకాష్ట.

ఈ గాథలో గమనించాల్సిన మరొక అంశం ఏమిటంటే మతవిశ్వాసాల మార్పిడి చేసుకొనే స్వేచ్ఛ ఉండటం. హిందూధర్మంలోని క్రతువులలో కులీన స్త్రీలకు, శూద్రులకు పెద్దగా స్థానం లేకపోవటంచే అప్పట్లో వీరు బౌద్ధం, జైనం, శాక్తేయం, కాపాలికా, చార్వాకం వంటి ఇతర మతసాంప్రదాయాలను అనుసరించేవారు. ఎప్పుడైతే వైదిక సంస్కృతి హిందూ మతంగా మారి చాతుర్వర్ణ వ్యవస్థను స్థిరీకరించుకొందో- హిందూమతంలోకి కొత్తగా వచ్చే వ్యక్తిని ఏ వర్ణంలోకి తీసుకోవాలో రాసుకోకపోవటం వల్ల దాంట్లోంచి బయటకు పోవటమే తప్ప లోనికి వచ్చే మార్గం మూసుకుపోయింది.

❖❖❖

సప్తశతి గాథలలో గౌరిదేవి, లక్ష్మీదేవి వర్ణనలు చాలా చోట్ల కనిపిస్తాయి. 272 గాథలో "అజ్జ" దేవి (అజ్జా-ఘరే) ప్రస్తావించబడింది. అజ్జ దేవి దుర్గామాత సాత్విక రూపం. ఈ స్వరూపం సమస్త వృక్ష, జంతు జాతులను సంరక్షిస్తుందని ఒక విశ్వాసం. అజ్జ మాతను వనదేవతగా నేటికీ ఒరిస్సాలో పూజిస్తారు (ఆఫ్రికా వనదేవత పేరు కూడా Ajaనే). పైగాథలో చెప్పబడిన అజ్జాదేవిని ఒక గ్రామదేవతగా ఊహించుకోవచ్చు.

పై గాథలోని విషయానికి వివిధ వ్యాఖ్యానకారులు- అక్కడ చనిపోయింది భార్య అని ఆమె నగల్ని ఆ మగడు గుడిలో ఇచ్చేసాడని అంటూ ఒకరు, కొత్తభార్యకు పాతభార్య నగలు నచ్చనందుకు వాటిని గుడిలో ఇచ్చాసాడని మరొకరు - స్త్రీపురుష కోణంలోంచి చుస్తూ రకరకాల భాష్యాలు చెప్పారు. ఎందుకో పై గాథను అర్థం చేసుకోవటానికి అత్యంత సరళమైన మానవోద్వేగాన్ని అన్ని ఒంకర్లు తిప్పక్కరలేదనిపిస్తుంది. My dog has died./I buried him in the garden/ Some day I'll join him right there అనే Pablo Neruda కవితావాక్యం పలికిన ఉద్వేగం లాంటి స్వచ్ఛమైన ఉద్వేగమే పై గాథలో కూడా కనిపిస్తుంది.

❖❖❖

సప్తశతి గాథలలో బుద్ధుని ప్రస్తావించే ఒకే ఒక గాథ 308. నిజానికి ఆనాటి సమాజంలో బౌద్ధమతం ఉచ్ఛస్థితిలో ఉన్నది. అయినప్పటికీ ఒకే ఒక గాథలో బుద్ధదేవుని

ప్రస్తావన అదికూడా నేరుగా కాక పరోక్షంగా ఉండటం ఆశ్చర్యం కలిగించకమానదు. మోదుగపూలు ఎర్రగా ఉంటాయి. వాటి ఆకారం చిలుకముక్కులా ఒంపుతిరిగి ఉంటుంది. బౌద్ధభిక్షుకులు కాషాయవస్త్రాలు ధరిస్తారు. ఒక భిక్షకుడు బుద్ధ ప్రతిమ ముందు ఒంగొని తలను నేలకు ఆన్చి సాగిలపడి ప్రార్థించటం- దూరంనించి చూస్తే అతని దేహం చిలుకముక్కులా, ఎర్రని మోదుగుపువ్వులా అనిపించటం ఒక మామూలు దృశ్యం.

ఆ దృశ్యాన్ని ఒక పువ్వు చెట్టుకు చేసే వందనంగాను, వినమ్రత ఈ సమాజాన్ని ప్రకాశింపచేసే అంశంగాను చేసిన ఊహ ఆ గాథలోని అవాచ్య దర్శనం.

❖❖❖

పవిత్రమైన మత భావనలను ఆనాటి ప్రజలు ఏమేరకు ఆచరించారో 572 గాథలో తెలుస్తుంది. ప్రేమోద్రేకంలో దేవుని ప్రతిమను తలదిండుగా వాడుకోవటం అనేది కన్ను, మిన్నూ కానని తనం. అలాంటి యవ్వనకాల ఉద్రేకాలనుంచి మానవజీవితం సాగించిన ప్రయాణంగా కూడా ఈ గాథను అర్థం చేసుకోవాలి. చివరి వాక్యంలోని వ్యంగ్యాన్ని వార్ధక్యపు నిస్సహాయత అనుకోవాలో లేక కాలగమనం వల్ల వచ్చిన పరిణితి అనుకోవాలో పఠితకే విడిచిపెట్టేస్తాడు ఆ ప్రాచీన గాథాకారుడు. ఈ గాథలోని భావం మానవజాతి ఉన్నంతవరకూ, పశ్చాత్తాపం పొందిన ప్రతి సందర్భంలోనూ మనిషిని వెంటాడే తీరుతుంది.

❖❖❖

227 గాథలో చండాలుడు, యజ్ఞకాండల ప్రస్తావన ఉంది. BCE 450 నాటికే సమాజంలో అస్పృశ్యత ఉంది. ఈ అస్పృశ్యత BCE 450 వరకూ చండాలురకే పరిమితమై ఉండేది. ఇతరులకు లేదు. శూద్రులలో అంతర్వివాహాలు జరిగేవి. CE 950 నాటికి హైందవేతర మతాలకు చెందిన వారిపట్ల, నిమ్నకులస్థులపట్ల అస్పృశ్యత విస్తరించింది. పెళ్ళిళ్ళు స్వజాతిలోనే జరుపుకోవటం మొదలైంది. CE 1050 నాటికి ఆహారాదుల్లో అంటు వచ్చింది. స్వజాతి, స్వవర్గంలోనే పెళ్ళిళ్ళు జరిగేవి. CE 1150 నాటికి నిమ్నకులస్థుల పట్లా అస్పృశ్యత బలంగా పాటించేవారు. CE1350 నుంచి బౌద్ధం పేరు వినిపించదు. హిందూ, ఇస్లామ్‌లే ముఖ్యమతాలు .

అస్పృశ్యతాభావన పరిణామ క్రమాన్ని గమనించినట్లయితే, సప్తశతీకాలానికి చండాలుడు మాత్రమే అంటరానివాడు. పై గాథ అంటరానితనాన్ని నిరసిస్తుంది. ఇది

సిద్ధాంతరీత్యా సర్వమానవ సమానత్వాన్ని బోధించిన బౌద్ధ, జైన మతాల భావజాలం. అప్పట్లో జైనమతం కూడా మంచి స్థానాన్ని కలిగి ఉంది. కాని దాని ప్రస్తావన ఎక్కడా కనిపించదు.

ప్రాకృతభాష ప్రజల భాష, సంస్కృతం పండితుల భాష. ప్రాకృతరచయితలు ప్రజలతో మమేకం అయి సామాన్యజనాల నాడిని పట్టుకొని వారి సుఖదుఃఖాలను తమ రాతలలో ప్రతిబింబింపచేసారు. ధ్వన్యాలోక, కావ్యప్రకాశ, కావ్యాలంకార, అలంకార రత్నాకర, రసగంగాధర లాంటి అలంకారగ్రంథాలలో, కాళిదాసు, దండి, భవభూతి లాంటి ప్రముఖ కవుల సంస్కృత రచనలలో వేలాది ప్రాకృత గాథలను నేడు గుర్తించగలుగుతున్నారు. (Prakrit verses in Sanskrit works on Poetics by V.M. Kulkarni)

❖❖❖

సామాజిక వ్యవస్థ[3]

సప్తశతి కాలంలో రాజ్యం అనేక రాష్ట్రాలు/ఆహార లుగా విభజింపబడి పాలన జరిగేది. ప్రతి రాష్ట్రానికి కొన్ని నిగమాలు (నగరాలు) వాటికి అనుబంధంగా అనేక గ్రామాలు ఉండేవి. ఈ రాష్ట్రాలను మహారధి, మహాభోజ పేర్లు కల సామంతులు పాలించేవారు. ఉత్పత్తిలో ఆరోభాగం రాజుకు కప్పంగా చెల్లించాలి. ఈ నిగమాలు, గ్రామాలలో అమాత్య పేరుగల అధికారులు ఉంటూ పర్యవేక్షణ చేసేవారు. గ్రామాలు, నిగమాలు అత్యంత క్రిందిస్థాయి పరిపాలనా విభాగాలు కనుక చాలామేరకు స్వతంత్రతను కలిగి ఉండేవి.

అడవులను నరికి భూములను వ్యవసాయానికి అనుగుణంగా మార్చటంతో కొత్త కొత్త గ్రామాలు వృద్ధి నొందాయి. వ్యాపారాల నిమిత్తం ప్రజలు నిత్యం సంచరిస్తూ ఉండేవారు. అలా సంచరించే బాటసారుల, దేశాంతరాలు వెళ్ళే భర్తల గాథలు అనేకం కనిపిస్తాయి. గ్రామాలు ఇచ్చే సంపదతో నగరాలు బలపడి వ్యాపారాలను విస్తరించుకొన్నాయి. వివిధ వృత్తికారులు నైపుణ్యాలు పెంపొందించుకొని ప్రపంచస్థాయి ఉత్పత్తులను తయారుచేసారు. వాటిని వ్యాపారులు విదేశాలకు ఎగుమతి చేసేవారు.

సప్తశతి గాథలు ఆనాటి గ్రామీణ ప్రజల సాంఘిక జీవితాన్ని ప్రతిబింబిస్తాయి. వ్యవసాయం ప్రధానవృత్తి. దీని ప్రస్తావన సుమారు ముప్ఫై గాథలలో ఉంది.

వ్యవసాయం

వరి, పత్తి, బార్లీ పంటలసాగు ఎక్కువగా జరిగేది. పంట కోసేవరకు రైతుదాన్ని సాకుతూ ఉండాలి. నీరుపెట్టటం, పక్షులను అదిలించటం, అడవి జంతువుల నుండి పంటను కాపాడుకోవటం చెయ్యాలి. ఇంతచేస్తేకానీ పంట చేతికిరాదు. అతని భార్య ఈ పనులలో సహాయం చేసేది. తొలకరిలో నేలను మొదటిసారిగా దున్నుతున్నప్పుడు

రైతు భార్య నాగలికి, బొట్లు పెట్టి పూజచేసినట్లు ఒక గాథలో ఉంది. ఇది నేటికీ నిలిచి ఉన్న ఒక ఆచారం. అప్పట్లో ఉమ్మడి కుటుంబాలు. ఇంటిలో దొరకని ఏకాంతమేదో ఆనాటి రైతులకు పంటచేలవద్ద దొరికేదేమో! పొలంవద్ద జరిగే శృంగార విషయాలు అనేక గాథలలో కనిపిస్తాయి.

358వ గాథలో ఒక రైతు విత్తనాలు జల్లే నాడే, మునుముందు తాను పొందబోయే ఆనందాల్ని తలచుకొని ఉద్రేకపడుతున్నాడు. చేతులు చెమర్చటం అనే క్రియ అనేక గాథలలో శృంగార ఉద్దీపనను సూచిస్తుంది. మరోగాథలో మధ్యాహ్నం భోజనం తీసుకొస్తున్న భార్యను చూడగానే, కంగారులో ఓ కొత్తరైతు ఎద్దుకి పలుపుతాడు బదులు ముక్కుతాడు విప్పేసినట్లు చెప్పబడింది. ఇలాంటి గాథలు ఉత్త చమత్కారమే కావొచ్చు కానీ వాటిలో రెండువేలేండ్లనాటి సమాజం, ఆనాటి ప్రజల జీవనం కనిపిస్తాయి.

సంపద ఉత్పత్తిలో స్త్రీపురుషులు కలిసి కష్టపడి పనిచేసారని 692వ గాథద్వారా అర్థమౌతుంది. ఆమె పాదాలు తుమ్మెదలను ఆకర్షించే కలువల వలె ఉన్నాయని ఎంతో రమ్యంగా, ధ్వన్యాత్మకంగా చెబుతుందీ గాథ.

అప్పట్లో బహుభార్యత్వం ఉన్నట్లు అనేక గాథలలో చెప్పబడింది. (78, 106) బహుసా అది కులీనవర్గాలకు పరిమితమై ఉండొచ్చు. 169వ గాథలో భార్య గతించాక పాడయిన ఇంటికి వెళ్ళలేకపోతున్నానని ఒక రైతు చెప్పటం నిర్మలమైన మానవోద్వేగం. కలయిక, వియోగం అనేవి ప్రేమ అనే నాణానికి రెండు పార్శ్వాలు.

❖❖❖

వేట

సప్తశతి గాథలద్వారా వ్యవసాయం తరువాత ఎక్కువమందికి ఉపాధిని ఇచ్చిన వృత్తిగా వేటను గుర్తించవచ్చు. వింధ్యపర్వతాటవులలో పుళిందులు నివసించేవారు. అక్కడ లభించే వివిధ అటవీఉత్పత్తులను వీరు సేకరించి సమీప గ్రామాలలో విక్రయించేవారు. ఈ గాథలలో వచ్చే వేటగాని ప్రస్తావనలు ఎక్కువగా భార్యపట్ల మిక్కిలి అనురాగాన్ని చెప్పే సందర్భాలు.

ఇండియా ఎగుమతి చేసిన ఏనుగుదంత ప్రతిమలు నేటికీ గ్రీకు రోమను శిథిలాలలో లభిస్తున్నాయి. పాంపేలో లభించిన ఒకటో శతాబ్దానికి చెందిన Pompeii

Lakshmi (లక్ష్మీదేవి కాదు యక్షిణి) దంతప్రతిమ శాతవాహనుల రాజ్యానికి చెందినదిగా గుర్తించారు.

951 గాథ ద్వారా రెండువేల ఏండ్లనాటి సమాజంలో కూడా దళారి వ్యవస్థ ఉన్నట్లు గుర్తించవచ్చు. వీరు అడవులలో నివసించే గిరిజనుల ఇండ్లవద్దకే వచ్చి వారి ఉత్పత్తులను కొనుగోలు చేసి నగరాలలో అమ్ముకొనేవారని తెలుస్తుంది.

విలుకాడు పెళ్ళయ్యాక శక్తిహీనుడై అంతకుముందు అవలీలగా ధరించిన విల్లును మోయలేక దానిని చెక్కి చెక్కి చిన్నదిగా చేసినట్లు అనేక వర్ణనలు ఉంటాయి. అన్యోన్యదాంపత్యాన్ని చెప్పే ఒక అందమైన 'మోటిఫ్' అది. ఒక గాథలో అయితే - నా కొడుకు ఇదివరకు ఏనుగును చంపటానికి ఒక్కబాణం పట్టుకెళ్ళేవాడు, నా కోడలు వాడిని పిరికివాడిగా మార్చేసింది, ఇప్పుడు పొదినిండా బాణాలతో వేటకు వెళుతున్నాడు- అంటుందో తల్లి. అనేక గాథలలో "వేటగాడు అతని కొత్తపెండ్లాము" అనే అంశంలో - అకలుషిత ప్రేమ, శృంగారేచ్ఛ అపురూపంగా వ్యక్తీకరింపబడింది.

మరో గాథలో - ఆ వేటగాని ఇంటిముందు వింటిని చెక్కిన చిత్రిక పేళ్ళు గాలికి పైకిలేచి వారి సుఖసంసారాన్ని విజయకేతనంలా ఎగరేస్తున్నాయి- అంటాడు మరో గాథాకారుడు.

ఇవన్నీ భార్యాభర్తలు అన్యోన్యంగా ఉంటూ సుఖాలు అనుభవించాలని, బాధ్యతగా మెలగటం పిరికితనం కాదని తెలియచేస్తాయి.

❖❖❖

గాథాసప్తశతి వ్రాయబడిన కాలంలో శాతవాహన సామ్రాజ్యం అనేక రాజకీయ ఒడిదుడుకులను ఎదుర్కొంది. హాలుడు నాలుగేండ్లు మాత్రమే పాలన సాగించాడు. ఆ తరువాత వరుసగా వచ్చిన నలుగురు రాజులు మొత్తం పన్నెండేళ్ళు మాత్రమే పాలించారు. అదంతా సంక్షోభసమయం. యవనులు, శకులు, పహ్లవాలు లాంటి వివిధ శత్రురాజులు శాతవాహన రాజ్యాన్ని అన్నివైపులనుంచీ ముట్టడించటంతో అది చాలా మేరకు క్షీణించింది. తిరిగి గౌతమీపుత్ర శాతకర్ణి హయాంలో పునర్వైభవం పొందింది (CE 103-127).

54 వ గాథలో రాజకుటుంబ స్త్రీలు బందీలుగా ఉన్నారని చెప్పటం ఆనాటి రాజకీయ సంక్షోభాన్ని కళ్లకుకడుతుంది.

ఇతర వృత్తులు

ఆనాటి సమాజంలో - చాతుర్వర్ణాలు ఉన్నాయి. వృత్తులు ఇంకా కులాలుగా స్థిరపడలేదు. సప్తశతిలో వృత్తులను పరోక్షంగా సూచించే అనేక గాథలు కనిపిస్తాయి.

నాగలి, అంకుశం, రంపం, సూదులు, ఆభరణాలు, కలశాలు, శిల్పాలు, గంటలు, బిందెలు లాంటి అనేక వస్తువుల ప్రస్తావనలను బట్టి పంచవృత్తులవారు; మరికొన్ని గాథలలో కుండలు, రంగురంగుల దుస్తులు, కంబళులు వర్ణనల ద్వారా కుమ్మరి, నేతకారుడు లాంటివారు ఆనాటి సమాజంలో ఉత్పాదకరంగంలో గణనీయమైన పాత్రపోషించారని అర్థమౌతుంది. 291 గాథలో క్షురకుని ప్రస్తావన ఒక అందమైన చిత్తరువు.

వివాహవ్యవస్థ

పరిణామక్రమంలో పురుషజీవికి తనసంతానం ఎవరో తెలుసుకోవాలనే కోర్కె వివాహవ్యవస్థకు బీజం వేసింది. ఈ క్రమంలో ఆనాటి సమాజం Polygamy, Polyandry లను తొలగించుకొంది. ధార్మికవిధులు నిర్వర్తించటం, సంతానం పొందటం సహజీవనానికి పరమార్థాలుగా గుర్తించి monogamy ని ఎంచుకొంది. ఫలితంగా స్త్రీ అంతవరకూ మాతృస్వామిక సమాజంలో అనుభవించిన స్వేచ్ఛను కోల్పోయింది. పురుషాధిక్య సమాజంలో పురుషుని సంరక్షణలో నిరంతరం అణిగి ఉండేలా స్మృతులు హద్దులు ఏర్పరచాయి. సప్తశతి కాలం ఈ పరిణామదశను సాహిత్యంలో నిక్షిప్తం చేసింది. ఈ గాథలలో స్వేచ్ఛగా విహరించే స్త్రీలు, భర్తచాటు స్త్రీలు ఇద్దరూ ఉంటారు. అదే సమయంలో స్త్రీపురుషుల మధ్య తళుక్కుమనే అనాది మానవోద్వేగాల అద్భుత ఆవిష్కరణ జరిగింది.

బాల్యవివాహాలు అప్పట్లో లేవు బహుభార్యత్వం ఉండేది. అత్తాకోడళ్ళ విరసాలు ఉన్నాయి. దూరదేశాలు వెళ్లిన భర్తకోసం ఎదురుచూసే ప్రోషితపతికలు ఉన్నారు; భర్త పరదేశంలో ఉన్నప్పుడు భార్య రోజులు లెక్కపెట్టుకొంటుంది. బక్క చిక్కిపోతుంది. అలాంటి కోడళ్ని ఓదార్చే అత్తలున్నారు; దూరదేశమేగిన భర్తకు ఉత్తరం రాద్దామని కూర్చుంటే కన్నీళ్ళతో అక్షరాలు తడిచిపోతుంటాయి; భర్త ఊర్లోలేడు, అత్త పొరుగూరెళ్ళింది దొంగల భయం ఉంది అంటూ ఆహ్వానాన్ని నర్మగర్భంగా చెప్పే రసికమనోరమణులు ఉన్నారు; పొరుగింటావిడ భర్త లేనప్పుడు, ఆమె బాధలో పాలుపంచుకొని తానుకూడా పండగ అలంకరణ చేసుకోకుండా ఉంటుందో ఇల్లాలు;

వానాకాలంలోపులో ఇంటికి చేరాలని వడివడిగా అడుగులు వేసే భర్తలు ఉన్నారు; భర్త పేదవాడైనా, ముసలివాడైనా గుణాన్ని ప్రేమించే భార్యలున్నారు; భర్త ఆర్థిక స్థితి ఎరిగిన ఒక భార్య శ్రీమంతం రోజున నీకేం కావాలి అని కోరినప్పుడు మంచినీళ్ళు కావాలి అని భర్త గౌరవాన్ని నిలిపే ప్రయత్నం చేస్తుందో ఇల్లాలు అమాయకంగా; తనతో శృంగారం చేస్తూ మరొక స్త్రీ పేరు ఉచ్ఛరించినపుడు దుఃఖపడిన ఇల్లాండ్రు ఉన్నారు, భర్త బాధచూడలేక స్వయంగా అన్య స్త్రీ ఇంటికి తీసుకు వెళ్ళే భార్యలూ ఉన్నారు; నీ జుట్టులో వెదురు ఆకులు ఉన్నాయని, నీ వీపంతా దుమ్ము అంటుకొని ఉందని ఒకరి జారత్వం మరొకరు బయటపడేసుకొనే అత్తాకోడళ్ళు ఉన్నారు; మగడు చనిపోయాకా సతీసహగమనం చేసే స్త్రీలు ఉన్నట్లుగానే, భార్యచనిపోయాక ఆ దుఃఖంతో విరాగి అయిన భర్తలూ ఉన్నారు. ఇన్ని వైరుధ్యాలతో సప్తశతి గాథలలోని వివాహవ్యవస్థ చిత్రమైన స్వప్నలోకంగా అనిపించకమానదు. రకరకాల ఉద్వేగాలు ఉక్కిరిబిక్కిరి చేస్తాయి.

తామంతా పితృస్వామిక వ్యవస్థ అనే విషవుకోరలలో చిక్కుకొని బ్రతుకుతున్నామనే ఎరుక లేకుండానే వాళ్లంతా సుఖించి, దుఃఖించి, ఏడ్చుకొని, నవ్వుకొని, గొప్పగానో, బీదగానో జీవించేసారు. “మేమెలా జీవించామో చూడండి” అంటూ ఇన్నేళ్ల తరువాతకూడా మనకు కొన్ని జ్ఞాపకాల్ని మిగిల్చిపోయారు.

644వ గాథలో పెండ్లికూతురు యుక్తవయసుకు చెందిన అమ్మాయి అని, ఆమెకు పెండ్లిరోజునాటికి కూడా భర్త పేరు తెలియదని, పెద్దలే అన్నీ చూసి పెళ్ళి నిశ్చయం చేసి ఉండవచ్చుని అర్థమౌతుంది. “తాంబూలాలిచ్చేసాను తన్నుకు చావండి” అన్నట్లు పెండ్లికూతురు ఇష్టాఇష్టాలతో ప్రమేయం లేకుండా పెళ్ళిల్లు చేసే ఆనాటి సంప్రదాయం నిన్నమొన్నటి వరకూ కొనసాగింది.

ఆనాటి ప్రజలు శృంగారాన్ని హాయిగా ఆనందించారు. ఆ విషయాన్ని అందమైన గాథలలో అరమరికలు లేకుండా చెప్పుకొన్నారు. 645 వ గాథలో ప్రేమ మధురిమల్ని అనుభవించిన ఆ విలాసవతికి వివాహం జరుగుతున్న సమయంలో “కన్యా” దాన సమయమందు చెప్పే మంత్రాలేవో నవ్వుతెప్పించి ఉంటాయి.

వెదురు గుబుర్లు ప్రేయసీప్రియులు కలుసుకొనే సంకేత స్థలాలుగా ఉండేవని అనేక గాథలలో కనిపిస్తుంది. ఒక గాథలో ఓ అభిసారిక తమ ఏకాంతానికి భంగం కలిగిస్తున్న ఒక సన్యాసితో “ ఓయీ! నిన్ను రోజూ భయపెట్టే కుక్కను ఈ రోజు సింహం వచ్చి తినేసింది, రేపటినుంచి నీవు ధైర్యంగా ఇక్కడ సంచరించవచ్చు” అంటుంది. అంటే నువ్వు కుక్కకే భయపడుతున్నావు ఇక్కడ సింహం సంచరిస్తుంది,

ఇకపై ఇక్కడ తిరగకు అని ధ్వన్యాత్మకంగా చెప్పటం.

వీటన్నిటినీ మించి భార్యభర్తల అన్యోన్యత అనేక గాథలలో అందంగా చెప్పబడింది.

11 గాథద్వారా ఎన్ని గొడవలు పడ్డా చివరకు భార్యాభర్తలు కలిసి సంసారాన్ని సుఖమయంచేసుకొన్నారని, హాయిగా జీవితాల్ని పండించుకొన్నారని తెలుస్తుంది.

142 గాథలో చెప్పినట్లు చాన్నాళ్ళు కలిసున్న దంపతులలో ఒకరు మరణిస్తే మరొకరు చనిపోయిన వ్యక్తిని తన జ్ఞాపకాలలో నిత్యం బ్రతికించుకొంటూ క్షోభపడుతూండటం ఒక పాతవిలువ. అది విశాలమైన మానవీయవిలువల ఔన్నత్యం.

గ్రామీణ వ్యవస్థ

సప్తశతి గాథలు ఎక్కువగా గ్రామీణజీవనానికి సంబంధించినవి. గ్రామాలు, నిగమాలు అత్యంత క్రిందిస్థాయి పరిపాలనా విభాగాలు. గ్రామపాలనకు సంబంధించి గ్రామ పెద్ద, పన్నులు వసూలు చేసే అధికారి, కావలిదారుడు, తలారి, వైద్యుడు ఉండేవారని అనేక గాథల ద్వారా తెలుస్తుంది. ఆనాటి గ్రామాలు స్వతంత్రతను, కొంతవరకూ స్వయంపాలనను కలిగిఉండేవి.

ఊరి మధ్యలో ఊడలతో విస్తరించి ఉండే మర్రిచెట్టు, ఊరు వెలుపలి నదీతీరాలు, వెదురు పొదలు ప్రేమికులకు చక్కని సంకేత స్థలాలుగా ఉండేవి.

ఆనాటి సమాజంలో ధనికులు, పేదలు భిన్న జీవనశైలులతో జీవించారని అర్థమౌతుంది.

ఆనాటి సమాజంలో vertical లేదా horizontal mobilityకి అవకాశాలు మృగ్యం. పుట్టిన వర్ణము, ఆ వర్ణానికి స్మృతులు నిర్ధేశించిన స్థానము తప్ప వేరే రకంగా బ్రతికే వీలు లేదు. వీటికి తోడు జీవితాలను అతలాకుతలంచేసే కరువు కాటకాలు, యుద్ధాలు, ప్రకృతి వైపరీత్యాలు.

ఇన్ని ఉన్నప్పటికీ ఆనాటి ప్రజలు ఉన్నంతలో ఆత్మగౌరవంతో సంతోషంగా జీవించారని 320, 472 లాంటి గాథలు సాక్ష్యమిస్తాయి.

సప్తశతి గాథలలో కనిపించే ఊరివర్ణనల ద్వారా ఆనాటి తెలుగుపల్లెల స్వరూపాన్ని ఇలా ఊహించుకొనవచ్చును.

పల్లెలచుట్టూ కొండలు పొలాలు; సెలయేళ్ళు; ఇంటిచుట్టూ తిరుగాడే నెమళ్ళు; వానాకాలం వచ్చినప్పుడు బురద దారులు; కొలనులు, కొలనులనిండిన కలువలు; కలువలపైకి ఎగబ్రాకే తుమ్మెదలు; తామరాకుపై తపస్సుచేసే కొంగలు; నది ఒడ్డున ప్రేమికుల సమాగమ పొదలు; కాకులు, చిలుకలు, లేళ్ళు, పెంపుడు కుక్కలు, గోరువంకలు, చెట్లపై కోతులు; ఊరిమధ్యలో ఊడలు దిగిన పెద్ద మర్రిచెట్టు; గడ్డి ఇళ్ళు; శిథిల ఆలయాలు; ఎండుగడ్డితో వేసుకొనే చలిమంటలు; గడ్డిపరుపులు; ఎండాకాలంలో చెలరేగే కార్చిచ్చులు, తగలబడే ఇళ్ళు; బాటసారులు, బిచ్చ గాళ్ళు, చలివేంద్రాలు; కట్టెలపొయ్యిలపై వంటలు; జాతరలు; చిరిగిన దుస్తులు ధరించే బీదజనం - ఇవీ ఆనాటి పల్లెల రూపం.

❖❖❖

స్త్రీల వస్త్రధారణ

ప్రాచీన భారతదేశపు స్త్రీల వస్త్రధారణపై చరిత్రకారులకు ఈనాటికీ స్పష్టమైన అవగాహన ఏర్పడలేదు. లభిస్తోన్న పరస్పర విరుద్ధమైన ఆధారాల వలన భిన్న అభిప్రాయాలు నెలకొని ఉన్నాయి.

1. వేదాలలో దేహానికి పై భాగంలో ధరించే వస్త్రాన్ని vasahantaram అని క్రిందిభాగంలో ధరించేదానిని paridhanam అనే ఉంది తప్ప స్త్రీ పురుషులకు వేరు వేరు దుస్తులున్నట్లు చెప్పబడలేదు.

2. స్త్రీలు తమ నాభి కనిపించకుండా పాదాలవరకు ఉండే దుస్తులను ధరించాలని ధర్మశాస్త్రాలు (శంఖస్మృతి) బోధించాయి.

3. BCE ఒకటో శతాబ్దానికి చెందిన తిరుక్కురళ్‌లో "ఆ యువతి చనుద్వయాన్ని కప్పుతోన్న వస్త్రం, మదమెక్కిన ఏనుగు కళ్లకు కట్టిన గంతల వలె ఉన్నది" (Kural No : 1087) అనే వాక్యం ద్వారా ఆనాటి స్త్రీలు తమ వక్షోజాలను రవికెలతో కప్పి ఉంచేవారని తెలుస్తుంది.

పైన చెప్పిన మూడు అంశాలకు విరుద్ధంగా మధ్య, దక్షిణ భారతదేశ ప్రాచీన చిత్రాలు, శిల్పాలలో స్త్రీల వక్షద్వయం ఏ అచ్ఛాదనా లేకుండా ఉండటాన్ని గమనించవచ్చు. ఉదాహరణకు

అజంతా కుడ్యచిత్రాలలో అనేక బొమ్మలలో స్త్రీలకు రవికెలు లేవు. (2nd century BCE to 4th century CE)

సాంచి స్తూపం పై ఉన్న స్త్రీ శిల్పాల పైభాగం నగ్నంగా ఉండి క్రిందిభాగంలో వడ్డాణం, చీరలాంటి అమరిక కనిపిస్తుంది. (1st Century BCE)

కొన్ని అమరావతి శిల్పాలలో కూడా స్త్రీ శరీర పైభాగం అనాచ్ఛాదితంగా ఉంటుంది (1st or 2nd century CE)

ప్రాచీన భారతీయ శిల్పాలు Top-less గా ఉండటంపై వివిధ ప్రతిపాదనలు చేయబడ్డాయి.

1. భారతదేశానికి ముస్లిములు రాకముందు ఆనాటి సమాజంలో అర్ధనగ్నంగా ఉండటం ఆక్షేపణీయం కాదని, అందుకనే ప్రాచీన భారతదేశపు వివిధ కళాకృతులలో స్త్రీ ప్రతిమలు అర్ధనగ్నంగా ఉంటాయని Cunningham అభిప్రాయపడ్డాడు. కానీ BCE ఒకటో శతాబ్దానికి చెందిన గాంధార బౌద్ధ శిల్పాలలో (Greeco-Roman Style) స్త్రీ మూర్తులు చీర, మోచేతులవరకూ ఉండే రవికెను కలిగిఉండటం, అయిదో శతాబ్దానికి చెందిన గంగామాత శిల్పం రవికెలాంటి పట్టీని ధరించిఉండటం లాంటి విషయాలు Cunningham వాదనను బలహీనపరుస్తాయి.

2. శిల్పాలు అర్ధనగ్నంగా చెక్కబడినా, వాటికి రంగులు లేదా సున్నం పూత దుస్తులను ఏర్పరచి ఉండచ్చని Havell ప్రతిపాదించాడు. అనేక శిల్పాలలో, ముడుతలతో, అల్లికలతో కూడిన చీర అకారము స్పష్టంగా కన్పిస్తుంది కానీ రవికెలు ధరించినట్లు ఉండదు. అందమైన కంఠాభరణాలు కూడా ఉంటాయి. సున్నంపూత అవసరపడదు. అంతే కాక అజంతా కుడ్యచిత్రాలలో స్త్రీల వక్షభాగం నగ్నంగా ఉంటుంది. ఆ లెక్కన Havell ప్రతిపాదన అర్ధరహితమని భావించవచ్చు.

3. సాంస్కృతికంగా రవికెలు, చీరలు ధరించటం ఉత్తర భారతీయ సంస్కృతి అని, దక్షిణభారత స్త్రీలు అక్కడి వాతావరణ ఉష్ణోగ్రతలకు, విశ్వాసాలకు అనుగుణంగా కొద్దిపాటి దుస్తులే ధరించేవారని ఒక వాదన బలంగా వినిపిస్తుంది. పద్దెనిమిదో శతాబ్దం వరకూ కేరళలో దేవుని ఎదుట తప్ప మరెక్కడా ఛాతీని కప్పిఉంచరాదనే విశ్వాసం కారణంగా– రాజవంశ స్త్రీలతో సహా అందరూ రవికలు ధరించకపోవటాన్ని దీనికి ఆధారంగా చెబుతారు.

4. కులీన వర్గ స్త్రీలు రవికలు ధరించేవారని క్రిందితరగతి స్త్రీలు శరీర పైభాగంపై ఏ అచ్ఛాదనము లేక నగ్నంగా ఉండేవారని మరొక వాదన కలదు. కేరళలో ఇరవయ్యవ శతాబ్ద ప్రారంభంలో కులీన స్త్రీలు రవికలు ధరించగా, దిగువతరగతి స్త్రీలు అర్ధనగ్నంగా ఉండేవారని ఈ వాదనకు ఆధారంగా చూపుతారు. భారతదేశం

అంతా అలా జరిగి ఉంటుందా అని అనుకోవటానికి వీలుపడదు ఎందుకంటే చాలా అజంతా చిత్రాలలో రాజవంశ స్త్రీలు రవికలు లేకుండా కనిపిస్తారు. అశోకుడు, అతని భార్యలు అని చెప్పబడిన ఒక శిల్పంలో ఆ రాణులకు రవికలు లేవు. పదో శతాబ్దానికి చెందిన చోళ రాణుల శిల్పాలలో కూడా అనాచ్ఛాదిత చన్నులను చెక్కడం గమనించవచ్చు. మరణించిన వీరుల (వీళ్ళు ఎక్కువగా సామాన్య వ్యక్తులు కావొచ్చు) స్మృత్యర్థం చెక్కిన వీరగల్లుల లోని స్త్రీ ప్రతిమలు కూడా రవికలు లేకుండానే ఉండటం ఆశ్చర్యం కలిగించకమానదు. స్త్రీలను ఈ విధంగా చెక్కడటం 17వ శతాబ్దం వరకూ కొనసాగింది.

మొత్తం మీద ఏ వాదనా సంపూర్ణమైన సత్యాన్ని ఆవిష్కరించదు. ప్రాచీన భారత స్త్రీల వస్త్రధారణ విషయంలో లిఖిత ఆధారాలు ఒకలా ఉంటే, శిల్పాలు, చిత్రాలకు సంబంధించిన ఆధారాలు మరొక లాగ ఉన్నాయి.

❖❖❖

సప్తశతి గాథలు ఈ పీటముడిని విప్పటంలో కొంత సహాయపడతాయి. ఆ కాలంలో స్త్రీలు పొడవైన కొంగు ఉన్న చీరలు కట్టుకొన్నారని, కొందరు రవికలు ధరించగా మరికొందరు Top-less గా ఉండేవారని ఈ గాథలద్వారా స్పష్టంగా తెలుస్తుంది.

269 గాథావర్ణనద్వారా ఆనాటి స్త్రీలు పొడవైన కొంగుకలిగిన చీరలను ధరించేవారని అర్ధమౌతుంది.

674, 622, 395 గాథల ద్వారా సప్తశతి కాలపు స్త్రీలు రవికెలు ధరించేవారని నిర్ధారించవచ్చును.

826 గాథద్వారా- హాయిగా ఆటపాటలతో క్రీడించే హెూలీ రోజున మామిడి చివురు ధరించటం (స్వైరిణులను గుర్తుపట్టటానికి అదొక చిహ్నం), సారాయి సేవించటం సాధారణం అనుకోవాలి. ఆ గాథలో రంగులు అద్దుకొన్న చన్నులు అన్న పదం ద్వారా ఆ స్త్రీ రవిక ధరించిలేదని అర్థం వస్తుంది. 626 గాథలో కూడా దంచేటపుడు పిండి ఎగిరి చన్నులపై పడింది అనే వర్ణన ద్వారా Top-less స్థితి స్పష్టంగా చెప్పబడింది.

కులీన స్త్రీలు రవికలు ధరించినట్లు అనేక గాథలద్వారా అర్ధమౌతుంది.

అదేవిధంగా పిండి దంచే స్త్రీ, స్వైరిణిలకు రవికలు లేని స్థితిని చెప్పటం ద్వారా శ్రామిక/దిగువతరగతి స్త్రీలు సప్తశతి గాథల కాలంలో రవికలు ధరించలేదని స్పష్టమౌతుంది.

రవికను ధరించటంలో స్థల కాలాదుల కు సంబంధించిన వ్యత్యాసాలు ఉన్నాయి. అజంత రాచస్త్రీల చిత్రాలలో, అశోకుని భార్యల శిల్పాలలో రవిక ధారణ లేదు. అదే సమయంలో గుప్త గాంధార శిల్పాలలోని కులీనస్త్రీలు రవికలు ధరించినట్లు వివిధ శిల్పాలు చెబుతాయి. శూద్ర స్త్రీలు రవికలు ధరించినట్లు చెప్పే పదిహేనవశతాబ్దపు శ్రీనాథుని చాటువులు ఉన్నాయి.

ఇక అతిశూద్ర/అంటరానిజాతుల స్త్రీలు రవికలు ధరించిన ఆధారాలు లభించవు. శిల్పాలలో, చిత్రాలలో, సాహిత్యంలో వీరి వేషధారణకు సంబంధించి ఏ రకమైన సూచనలు లేవు. ధర్మశాస్త్రాలు అతి శూద్రులకు మొలపైన అచ్ఛాదననే అనుమతించాయి. వారు శవాలపై కప్పిన దుస్తులను ధరించాలి (మను: 10.54); మృత్యుదండనకు గురైన వారి దుస్తులు వీరికి దక్కుతాయి (మను :10:56) అంటూ వారి వస్త్రధారణపై పరిమితులు విధించాయి.

పంతొమ్మిదో శతాబ్దం వరకూ అతిశూద్ర స్త్రీలు రవికెలు ధరించకపోవటం అనేది ఒక సామాజిక కట్టుబాటుగా ఉండింది. కేరళలో అయితే అతిశూద్రులతో పాటు శూద్ర స్త్రీలకు కూడా రవికలు ధరించటంపై నిషేధం ఉండేది. రవికలు ధరించటం కొరకు ట్రావెంకూర్ సంస్థానంలోని శూద్ర స్త్రీలు పెద్దపోరాటమే చేయవలసి వచ్చింది. (Channar revolt).

"దక్షిణభారతదేశ అంటరానివారికి నడుముపైన శరీరాన్ని కప్పుకోవటం నిషేధించారు. వారి స్త్రీల విషయంలో శరీరపైభాగం పూర్తిగా బట్టలు లేకుండా ఉండేలా చేసారు" అని డా. అంబేద్కర్ Manu and the Shudras అనే వ్యాసంలో అన్నారు. బ్రిటిష్ వారు తీసుకొచ్చిన అనేక సామాజిక సంస్కరణలలో అతి శూద్రస్త్రీలకు వస్త్రధారణా స్వేచ్ఛ కల్పించటం కూడా ఒకటి.

ఆర్థిక లావాదేవీలు

ప్రాచీన భారతదేశములో బలమైన బాంకింగ్ వ్యవస్థ ఉండేదని అనేక శాసనాధారాలు కనిపిస్తాయి. అప్పుకు ఏడాదికి 15% నుండి 69% వరకు వడ్డీ చట్టసమ్మతమని BCE మూడో శతాబ్దానికి చెందిన కౌటిల్యుని అర్థశాస్త్రంలో

ఉన్నది. అంతకు మించి వడ్డీ వసూలు చేసే వ్యాపారిని దండించ వచ్చునని చెబుతుంది. వివిధ వృత్తుల వారు Guilds (వ్యాపార సంఘాలు) ఏర్పరచుకొని వ్యాపారాల నిర్వహించేవారు. కులీనులు ఈ Guilds వద్ద ధనాన్ని దాచుకొనేవారు. అలా దాచుకొన్న ధనానికి 9-12% వడ్డీ లభించేది. దీన్ని ఒకరకంగా నేటి షేర్ మార్కెట్లు డివిడెండ్లతో పోల్చుకొనవచ్చును.

Ushavadata అనే క్షత్రప రాజు 3000 బంగారు నాణాలను Guild of Weavers (చేనేత సంఘం) వద్ద Deposit చేసి- దానిపై ఏడాదికి 12% చొప్పున వచ్చే వడ్డీ ధనాన్ని, వానాకాలంలో ఓ గుహలో ఆశ్రయం పొందే 20 మంది బౌద్ధ భిక్షుకుల అన్నవస్త్రాలకు వినియోగించాలని వేయించిన శాసనం నాసిక్ లోని 10వ నంబరు గుహగోడలపై కలదు. ఇది CE రెండవ శతాబ్దంకు చెందిన శాసనం. బౌద్ధ భిక్షుకులు ఊరూరా తిరుగుతూ బౌద్ధ ధర్మాన్ని ప్రచారం చేసేవారు. ఆ సమయంలో వీరిపోషణ యాచన ద్వారా చేసుకొనేవారు. వానాకాలంలో వీరి సంచారానికి ఆటంకం ఏర్పడేది. ఆ సమయంలో వీరు గుహలలో తాత్కాలికంగా నివసించి వానలు తగ్గాక మరలా దేశాటనకు బయలుదేరేవారు. వానాకాలంలో బౌద్ధ ప్రచారకుల పోషణ కొరకు రాజు చేసిన ఏర్పాట్లను పై శాసనం తెలుపుతుంది.

సప్తశతి కొన్ని గాథలలో ఆనాటి బ్యాంకింగ్ వ్యవస్థ గురించి పరోక్ష ప్రసక్తులు కనిపిస్తాయి.

154 గాథలో 'బద్రపరచమని ఉంచటానికి ఇది సరైన చోటు కాదు' అంటూ బహుసా జారిణులను ప్రేమించకు అని ఒక యువకునికి ఇచ్చిన ఒక సలహా కావొచ్చు కానీ between the lines గమనిస్తే, అప్పట్లో భద్రపరచే వ్యక్తులుండేవారని, వారిలో కూడా మంచి బ్యాంకర్లు చెడ్డ బ్యాంకర్లు ఉంటారని తెలుస్తుంది. అంతే కాక చెడ్డ బ్యాంకర్ వద్ద చేసిన Deposit తిరిగి రాదు అనే హెచ్చరిక కూడా కనిపిస్తుంది.

విలువైన వస్తువులను ఇతరుల వద్ద బద్రపరచటాన్ని నిక్షేపం Deposit అంటారు. నిక్షేపం తీసుకొన్న వ్యక్తి మోసం చేస్తే దొంగకు విధించే శిక్షనే అతనికీ విధించాలని కౌటిల్యుని అర్థశాస్త్రంలో చెప్పబడింది. యుద్ధం, దోపిడీలు, అగ్నిప్రమాదం, వరదలు, ఓడలు మునిగిపోయిన సందర్భాలలో Diposits లో కొంతభాగమే ఇవ్వొచ్చు లేదా పూర్తిగా ఇవ్వనక్కరలేదని ఉన్నది.

113 వ గాథలో, తండ్రి చేసిన అప్పు కొడుక్కి వారసత్వంగా వచ్చినట్లు స్నేహితులను తన ప్రయత్నం లేకుండా పొందగలగటం సుగుణంగా చెప్పబడింది.

అప్పు తీసుకొన్న వ్యక్తి మరణించిన పక్షంలో అతని జ్యేష్ఠ కుమారుడిని మాత్రమే దానికి బాధ్యుడిని చేయాలని కౌటిల్యుని అర్ధశాస్త్రం చెపుతుంది.

❖❖❖

గుప్త నిధుల గురించిన పరోక్ష ప్రస్తావనలు అనేక గాథలలో కనిపిస్తాయి. అప్పట్లో కొద్దిమంది తమ సంపదలను ఇతరుల వద్ద నిక్షేపం (Deposit) చేయటంపట్ల నమ్మకంలేక వాటిని రహస్యంగా భూమిలో పాతర వేసుకొనేవారు.

ఎవరికైనా దొరికిన అలాంటి నిధి లక్ష పణాల (నాణాలు) కంటే ఎక్కువ ఉంటే రాజుకు చెందుతుందని, తక్కువ ఉంటే ఆ నిధిని కనుగొన్న వానికి దానిలో ఆరవవంతు రాజు బహుమానంగా ఇవ్వాలని, ఆ నిధి తమ పూర్వీకులదని నిరూపించుకోగలిగితే అది ఎంత పెద్దమొత్తమైనా పూర్తిగా అతనే పొందవచ్చునని, అలాకాక రహస్యంగా ఏదైనా నిధిని రాజుకు చెప్పకుండా తీసివేసుకొంటే నిధిని స్వాధీన పరచుకోవటమే కాక ఆ వ్యక్తికి వెయ్యిపణాల జరిమానా విధించాలని కౌటిల్యుని అర్థశాస్త్రం చెపుతున్నది.

అయినప్పటికీ నిధి దొరకటం గొప్ప భాగ్యంగా భావించేవారు ఆనాటి ప్రజలు.

508 గాథలో తొడలపై పంటిగాట్లు వంటి శృంగార చిహ్నాలను గుప్తనిధితో పోల్చటం ఆకర్షిస్తుంది. బిడ్డల అన్యోన్యదాంపత్యం ఏకాలంలోనైనా తల్లిదండ్రులకు ఆనందం కలిగించే సంగతే కదా!

గుప్తనిధులను కాపాడుకోవటం కోసం ఆనాటి కులీనులు తంత్రవిద్యలను ఆశ్రయించేవారు. సర్పబంధనం ద్వారా రహస్యంగా దాచుకొన్న తమ సంపదలను కాపాడుకోవచ్చునని విశ్వసించేవారని 577 వ గాథ ద్వారా తెలుస్తుంది.

813 గాథ స్త్రీ స్తనాల areola ల యొక్క రంగు, రూపానికి హృద్యమైన భాష్యం ఈ గాథ. ఇక్కడ అధికార ముద్ర అన్న పదం విశిష్టమైనది.

కౌటిల్యుని అర్థశాస్త్రంలో – దేశ సరిహద్దుల్లో ఆపత్సమయాల్లో ఉపయోగపడటానికి మరణదండన విధించిన వారితో గుప్తంగా ధనాన్ని పాతరవేయించి దాచుకోవాలని, ఆ పని పూర్తయిన తరువాత వారికి విధించిన మరణదండనం ద్వారా చంపించివేస్తే ఆ రహస్యం బయటపడదని – ఉన్నది. అంటే రాజులు కూడా రహస్యంగా నిధులను ఏర్పాటు చేసుకొనేవారని అర్ధమౌతుంది. బహుసా అలాంటి లంకెబిందెలకు అధికారికంగా రాజ ముద్రలు (Seals) వేసేవారేమో! తరవాత దొరికితే రాజసంపద అని గుర్తించటానికి.

❖❖❖

సప్తశతి కాలానికి శాతవాహనులు వివిధ సముద్రపోర్టుల ద్వారా విదేశీ వ్యాపారాలు సాగించారు. అప్పట్లో Paithan, Junnar, Tagars, Karahakata, Nasik, Govardhana, Dhannakataka, Vijayapura, Kevurura, Kotilingala Chadakaలు ప్రధాన వాణిజ్యకేంద్రాలుగా ఉండేవి. గ్రామాలలో భార్యా పిల్లలను విడిచిపెట్టి నగరాలకు వెళ్ళి తమ ఉత్పత్తులను అమ్ముకోవటమో లేక అక్కడ వ్యాపారం చేయటమో లేదా తమ వృత్తిపరమైన సేవలు అందించి ధనం సంపాదించటమో చేసేవారు.

అనేక గాథలలో పురుషులు భార్యాపిల్లలను విడిచి దూరదేశాలకు ప్రయాణాలు కట్టటం; అక్కడనుండి వారు తమ భార్యలకు ఉత్తరాలు వ్రాయటం; జవాబులు అందుకోవటం; వానాకాలం లోపులో ఇంటికి చేరుకోవాలని తొందరపడటం; ఇంటివద్ద అతని భార్య తన భర్త వచ్చే రోజుకోసం ఎదురుచూడటం లాంటి వర్ణనలు కనిపిస్తాయి. అలాచేసే దేశాటన వ్యాపారం కొరకు అని భావించవచ్చు.

అలా దూరదేశం వెళ్ళిన భర్త ఇంటికి ఎంతో కొంత డబ్బునో, సంపదలనో తీసుకొస్తాడని ఆశించిన ఒక భార్య, భర్త ఏమీ సంపాదించకుండా వచ్చినందుకు దుఃఖపడటం 76 వ గాథలో తెలుస్తుంది.

అప్పటికి కొన్ని వందల సంవత్సరాలుగా నాణాల వాడుక ఉన్నప్పటికీ, సప్తశతి గాథలలో ఆశ్చర్యకరంగా డబ్బుల/నాణాల ప్రసక్తి ఎక్కడా కనిపించదు సరికదా 238 గాథలో ఒక రైతు కంబళిని ఇచ్చేసి ఎద్దును పొందినట్లు వస్తుమార్పిడి గురించి ఉన్నది. ఆ రైతు కంబళిని పక్కన పెట్టేసి తానే బలిష్టమైన ఎద్దుగా మారాడు అనే శృంగారపరమైన ధ్వని ఉండొచ్చు గాక, కానీ నిన్నమొన్నటి వరకూ గ్రామాలలో స్వయం ఉత్పత్తుల వస్తు మార్పిడి జరిగిన సంగతి మరచిపోరాదు.

సప్తశతి గాథల భౌగోళికత

ఒకటో శతాబ్దానికి చెందిన శాతవాహన వంశానికి చెందిన హాలచక్రవర్తి గాథాసప్తశతిని సంకలనపరిచాడు. సప్తశతి గాథల భౌగోళికతను గుర్తించటానికి శాతవాహన సామ్రాజ్యస్వరూపాన్ని అర్థం చేసుకోవలసి ఉంటుంది.

ఉత్తరాదికి చెందిన మౌర్యవంశపాలకులకు సామంతులుగా ఉండి పరిపాలన సాగించిన శాతవాహనులు BCE 232 లో అశోకుని మరణం తరువాత స్వాతంత్ర్యం ప్రకటించుకొని (శ్రీముఖుడు) సొంతంగా రాజ్యం ఏలటం మొదలుపెట్టారు.

శాతవాహనుల Home Town ఎక్కడ అనేదానిపట్ల భిన్నాభిప్రాయాలు ఉన్నాయి. వీరు తెలంగాణలోని కోటిలింగాలను రాజధానిగా చేసుకొని పాలించినట్లు Ajay Mitra Shastri మొదట్లో ప్రతిపాదించినా తరువాత ఆయన ఆ వాదనను వెనక్కు తీసుకొన్నారు. James Burges, Barnet వంటి చరిత్రకారులు శాతవాహనుల రాజధాని మొదటి శ్రీకాకుళం, తరువాత అమరావతి పిదప ప్రతిష్ఠానపురంగా పేర్కొన్నారు. P.T Srinivasa Iyyangar, V V Mirashi లు వీరు మొదట ప్రతిష్ఠానపురం, తరవాత అమరావతిగా పేర్కొన్నారు.

కోటిలింగాల ఇంకా సమీప ప్రాంతాలలో శాతవాహనులకు చెందిన విలువైన నాణాలు దొరికాయి. వీటి ఆధారంగా శాతవాహనుల తొలి రాజధాని కోటిలింగాల అని చెప్పటానికి ఖారవేలుని హాతిగుంఫ శాసనము, నాసిక్ శాసనాలు, అమరావతి శాసనాలు, ఇటీవల కర్ణాటకలో బయటపడ్డ కనగనహళ్ళి శాసనాలు ప్రతిబంధకమౌతాయి. ఎందుకంటే వాటిలో ఎక్కడా దీని ప్రస్తావన లేదు. బహుసా మెగస్తనీస్ చెప్పిన 32 మహా నగరాలలో కోటిలింగాల కూడా ఒకటి కావొచ్చు.

శాతవాహనులు తూర్పు దక్కను ప్రాంతంలో ఉద్భవించి ఉండవచ్చని ఆర్.జి. భండార్కరు వంటి కొందరు చరిత్రకారులు భావించారు. ఇది కృష్ణాజిల్లాలో ఉన్న శ్రీకాకుళం అయి ఉండవచ్చునని ఒక ఊహ. దీనిప్రకారం శాతవాహనులు మొదట్లో కృష్ణా, గోదావరి నదుల డెల్టా ప్రాంతంలో ఉద్భవించి ధరణికోట కేంద్రంగా పాలన సాగించారు. తరువాత మహారాష్ట్ర, పశ్చిమ, మధ్య భారతదేశానికి విస్తరించి, జున్నారు (పూనె), ప్రతిష్ఠానపురం (మహారాష్ట్ర)లను రాజధానులుగా చేసుకొన్నారు. శాతవాహనులు అయిదు శాఖలుగా విడిపోయారు. వీటిలో ఒకటి కుంతల రాజ్యం. ఇది నేటి కర్ణాటక రాష్ట్రంలో కలదు. హాలుడు కుంతల రాజుగా చెప్పబడ్డాడు. ఇతను నాలుగేండ్లు మాత్రమే పాలన సాగించాడు.

CE 220 వరకూ శాతవాహనుల పాలన కొనసాగింది. ఉత్తర దక్షిణభారతదేశ భాగాలను అంటే సుమారు యాభైశాతం భారత భూభాగాన్ని, 450 సంవత్సరాలపాటు పాలించిన ఆంధ్ర రాజులు వీరు. ఇంతటి ఘన చరిత్ర మౌర్యులు, గుప్తులు, మొఘలులు చివరకు బ్రిటిష్ వారికి కూడా లేదు.

❖❖❖

వింధ్యపర్వతాలనుండి తుంగభద్రా నది వరకుఉన్న భారతదేశ భూభాగాన్ని దక్షిణాపథం అంటారు. దీనికి పైన ఉన్న ప్రాంతాన్ని ఉత్తరాపథం అని, క్రిందన

దక్షిణ దేశం (నేటి తమిళనాడు కేరళలు) గా పిలుస్తారు. శాతవాహనులు నేటి ఆంధ్ర, తెలంగాణ, మహరాష్ట్ర, కర్ణాటక రాష్ట్రాల భూభాగాన్ని ఏకంచేసి పరిపాలన సాగించారు.

సప్తశతిగాథలలో గోదావరి, తపతి, నర్మద/రేవా వంటి నదులు, వింధ్యపర్వతాల యొక్క ప్రస్తావనలు విరివిగా కనిపిస్తాయి. ఉత్తరభారతదేశపు భౌగోళిక చిహ్నాలయిన హిమాలయాలు, గంగ, యమున (ఒక గాథమినహా) లాంటివి కనిపించకపోవటాన్ని బట్టి ఈ గాథలు పూర్తిగా దక్షిణభారత రచనలుగా భావించవచ్చు.

శాతవాహన రాజ్యం తూర్పున బంగాళాఖాతం, పశ్చిమాన అరేబియన్ సముద్రాలను హద్దులుగా కలిగి ఉండటంచే సముద్ర ఉత్పత్తులైన ముత్యాలు, శంఖాల గురించి చాలా గాథలలో కనిపిస్తుంది.

పర్వతాలు

వింధ్యపర్వతాలు మధ్యప్రదేశ్, రాజస్థాన్, గుజరాత్ లలో విస్తరించిన పర్వతశ్రేణి. సాత్పూరా పర్వత శ్రేణిని కూడా ప్రాచీన రచనలలో వింధ్య పర్వతాలుగానే వర్ణించారు. ప్రాచీన ఉత్తరభారత సంస్కృత సాహిత్యానికి, దక్షిణభారత ప్రాకృత సాహిత్యానికి వింధ్యపర్వతశ్రేణి సరిహద్దుగా నిలిచింది. సప్తశతి వ్రాయబడిన కాలం తరువాత ఈ సరిహద్దు క్రమేపీ చెరిగిపోయింది. శాతవాహనులు ఉత్తర దక్షిణ భారతీయ సంస్కృతులకు వారధిగా నిలిచారు.

సప్తశతిలో వింధ్యపర్వత ప్రస్తావన ఏడు గాథలలో కనిపిస్తుంది. వింధ్యపర్వతలోయల్లో తిరుగుతున్న నల్లని మబ్బులను పుళిందులు నల్లని ఏనుగుల మంద అని భ్రమించారట; వింధ్యపర్వత సానువులకు కాసేపు అతుక్కొని విడిపోయే మబ్బులు, వింధ్యపర్వతాలు విడుస్తున్న చర్మపుపొరలవలె ఉన్నాయట.

117 గాథలో వింధ్యపర్వతాలను విష్ణుమూర్తితోను, మబ్బుల్ని పాలతుంపరలతో పోల్చిచేసే వర్ణన ఎంతో రమ్యమైనది.

731 గాథలో వింధ్యపర్వతాలు ఎక్కి చేసిన యుద్ధం గురించి ప్రస్తావించబడింది. వింధ్యపర్వతాలు దక్షిణాపథానికి పెట్టని కోట. భారతదేశ ఉత్తర పశ్చమప్రాంతాలను పాలించిన - ఇండోగ్రీకులు, సిథియనులు (చైనా), పార్థియనులు, క్షాత్రపులు (పెర్షియా), కుషానులతో (మంగోలియా)- శాతవాహనులు అనేక యుద్ధాలు చేసారు. ఆ క్రమంలో జరిగిన ఒక యుద్ధాన్ని పై గాథ చెపుతున్నది. యుద్ధంలో గాయపడి ఇంటికి రావటం అవమానకరమని భావించిన ఆనాటి ప్రజలు కర్తవ్య నిష్ఠకు ఎంతటి అంకితభావం చూపించేవారో ఆశ్చర్యం కలిగిస్తుంది.

నదులు

సప్తశతి గాథలలో నర్మద/రేవానది (678, 760), తపతి, గోదావరి (193, 231) నదుల ప్రస్తావనలు విరివిగా కనిపిస్తాయి.

ఈ నదులు మధ్యప్రదేశ్, గుజరాత్ మహారాష్ట్ర, తెలంగాణ, ఆంధ్రప్రదేశ్, కర్ణాటక రాష్ట్రాలలో ప్రవహిస్తాయి.

వరదలు జీవనాన్ని అతలాకుతలం చేస్తాయి. వాటి బీభత్సం నదీపరివాహక ప్రాంతాలలో నివసించేవారు మాత్రమే నిక్షిప్తం చేయగలిగే దృష్టాంతం. 45, 202 గాథలలో ఆయా నదులకు వచ్చే వరదలను గూర్చిన వర్ణనలు కలవు.

సప్తశతి గాథలలో వర్ణించబడిన ప్రదేశాలను బట్టి ఇవన్నీ వింధ్యపర్వతాలకు దక్షిణప్రాంతానికి చెందినవని, నర్మద, తపతి, గోదావరి నదీ తీరప్రాంతానికి చెందినవని భౌగోళికంగా నేటి మహారాష్ట్ర, కర్ణాటక, తెలంగాణ, ఆంధ్రప్రదేశ్ రాష్ట్రాలకు చెందినవవిగా గుర్తించవచ్చు.

❖❖❖

గౌడవహో[5]

గౌడవహో కావ్యవృత్తాంతం

యశోవర్మ అనే రాజు (CE 725–752) కన్యాకుబ్జాన్ని కేంద్రంగా చేసుకొని కొంతకాలం ఉత్తరభారతదేశాన్ని పాలించాడు. యశోవర్మ చేసిన జైత్రయాత్రలు, అతని పరాక్రమం గురించిన వర్ణనలతో కూడిన ప్రశస్థి కావ్యం గౌడవహో. దీనిని రచించింది యశోవర్మ ఆస్థాన కవి వాక్పతిరాజు. ఇతను జైనమతానికి చెందిన కవి. ఇతనికి కవిరాజు అనే బిరుదు కలదు. గౌడవహో మహరాష్ట్రి ప్రాకృతంలో రచింపబడిన 1209 గాథల కావ్యం. ఈ గాథలు స్వతంత్రమైనవి. దేనికదే రసాస్వాదన కలిగిస్తాయి. కాళిదాసు ఉపమకు ఎలాగైతే ప్రఖ్యాతో వాక్పతిరాజు ఉత్ప్రేక్షకు ప్రసిద్ధి అంటారు.

యశోవర్మ తన సామ్రాజ్య విస్తరణ కొరకు చేసిన విజయయాత్రలో మొదటగా వింధ్యపర్వతంపై కొలువున్న శక్తిస్వరూపిణి అయిన శాంకరీదేవిని అర్చించి మగధదేశాన్ని చేరుకొని మగధ రాజుని జయించాడు. తరువాత గౌడరాజుపై యుద్ధం చేసి అతడిని వధించాడు. ఆ పిమ్మట దక్షిణదిశగా పయనించి కొంకణ, వంగ రాజులని సామంతులుగా చేసుకొని, మార్వార్, హిమాచల రాజ్యాలను కైవసంచేసుకొన్నాడు. అయోధ్యలో ఒక్కరోజులో గొప్ప దేవాలయాన్ని నిర్మించి ప్రజల మన్ననలు పొందాడు.

గౌడవహోలో వర్ణించిన యశోవర్మ, అతని దిగ్విజయాలు కాల్పనికమైనవనే వాదన ఉన్నప్పటికీ – నలందలో దొరికిన ఒక శాసనము, యశోవర్మ నాణాలు, అయోధ్యలో నిర్మించిన ఆలయము, ఇతర ఇతర జైన రచనల ద్వారా యశోవర్మ చారిత్రిక వ్యక్తి అని చరిత్రకారులు నిర్ధారించారు.

గౌడవహో కావ్యం CE 727-731 మధ్య వ్రాయబడి ఉండొచ్చునని ప్రముఖ చరిత్రకారుడు ఎమ్. ఎమ్. మిరాశి అభిప్రాయపడ్డాడు.

కవి సంపూర్ణ జ్ఞానాన్ని కలిగి ఉండాలని లేనట్లయితే నవ్వులపాలు కావల్సి వస్తుందని ఒక చక్కని పోలికతో హెచ్చరించటం 68 లో కనిపిస్తుంది. 93, 95 గాథలలో సంస్కృత పండితుల అలక్ష్యాన్ని ఎత్తిచూపుతూనే ప్రాకృతభాష లోని సొబగులను గొప్ప ఆత్మవిశ్వాసంతో ప్రకటించటం గమనించవచ్చు.

గౌడవహో కాలానికి ప్రధానంగా బౌద్ధం, జైనం, హిందూమతం ఉనికిలో ఉన్నాయి. ఈ మూడు మత విశ్వాసాలను ఆచరించే ప్రజలు సహిష్ణుతతో సామరస్యంతో, ఏ రకమైన వైషమ్యాలు లేక సహజీవనం సాగించేవారు. హిందువులు శైవ, వైష్ణవ, సూర్య ఆరాధనలు, బౌద్ధ, జైన మతావలంబకులు వారి వారి తీర్థంకరులను కొలిచేవారు.

పై మూడువిశ్వాసాలకు చెందినవారే కాక వింధ్యపర్వతాలలో శక్తి ఆరాధకులు ఉండేవారు. వీరు వింధ్యవాసిని ఆలయంలో పర్వదినాలలో జరిగే మహాపశు బలిని (మానవ బలి) చూడటానికి శక్తిని ఆరాధించే యువతులు ఒకరిభుజాలపై ఒకరు ఎక్కి ఉత్సాహపడుతున్నారు" అనే వర్ణన 319 వ గాథలో ఉన్నది. 307వ గాథకూడా మానవ బలిని సూచిస్తుంది.

గౌడవహో చారిత్రిక కావ్యం. దీనిలో సాహిత్యసంగతులతో పాటు ఆనాటి విలువైన చారిత్రిక అంశాలు కూడా అనేకం కనిపిస్తాయి.

Gaudavaho by Vakpatiraja, Edited by Prof NG Suru ఈ అనువాదాలకు ఆధారం.

❖❖❖

వజ్జాలగ్గము[6]

వజ్జాలగ్గము గాథాసప్తశతి లానే అందమైన ప్రాకృత గాథల సమాహారం. జైన పండితుడైన జయవల్లభుడు ఈ గాథలను సేకరించాడు అందుకే వజ్జాలగ్గముకు జయవల్లభమనే పేరు కూడా ఉంది. జయవల్లభుడు మొదటగా 700 గాథలను సేకరించి వాటిని 48 విభాగాలుగా వర్గీకరించి వజ్జాలగ్గముగా కూర్చాడు. కాలానుగుణంగా అనేక గాథలు వచ్చి చేరటం తో మొత్తం 95 విభాగాలతో 990 గాథలుగా వజ్జాలగ్గము విస్తరించింది అలా ఈ సంకలనంలోని గాథలు CE 750–1337 మధ్య కాలానికి చెందినవి గా పండితులు గుర్తించారు. వజ్జాలగ్గములోని భాష శ్వేతాంబర జైనులు వాడే మహారాష్ట్రి ప్రాకృతము. మానవ జీవితాన్ని ప్రభావితం చేసే ధర్మ, అర్థ, కామ అనే త్రివర్గాల ఆధారంగా ఈ గాథల విభజన ఉంటుందని జయవల్లభుడే ఒక గాథలో చెప్పాడు. ఇది జైన రచన కనుక మోక్షం అనే భావన లేకపోవటం గమనార్హం.

ధర్మ అంటే కర్తవ్యము, నైతికత; అర్థ అంటే ప్రాపంచిక విజయాలు; కామ అంటే ఐహిక సుఖాలు. హాలుని గాథాసప్తశతి, గౌడవహెూ, గాథాకోశ లాంటి ప్రాకృత రచనలలోని అనేక గాథలు వజ్జాలగ్గములో పునరుక్తం అయ్యాయి.

వజ్జాలగ్గములోని గాథలకు హాలుని సప్తశతిలోని గాథలకున్నంత ప్రాచుర్యం రాలేదు. అయినప్పటికీ కొన్ని వజ్జాలగ్గము గాథలను ఆనందవర్ధనుడు, మమ్మటుడు వంటి ఆలంకారికులు తమ శాస్త్రాలలో ఉదాహరణలుగా ప్రస్తావించారు.

చనిపోతున్నపుడు కూడా ఒక సైనికుడు స్వామిభక్తిని ఎలా ప్రదర్శించాడనేది 167, 177 గాథలలో కనిపిస్తుంది. పై రెండు గాథలలో ధర్మాచరణ చెప్పబడింది. ఆనాటి సమాజం ప్రతిఒక్కనికి వాని వర్ణం ప్రకారం ఒక ధర్మం విధించింది. ఆ ధర్మం ప్రకారం అతను జీవించాల్సిందే. వేరే మార్గం లేదు. గుణకర్మలను బట్టి ఈ

వర్ణధర్మాలు మార్చుకోవచ్చు అంటూ పుస్తకాలలో ఉన్నప్పటికీ వాస్తవికంగా అలాంటి వెర్టికల్ మొబిలిటీ జరిగిందా అనేది అనుమానమే. మొదటి గాథ ఒక వ్యక్తి తాను చనిపోయే చివరి క్షణం వరకూ తన ధర్మాన్ని నిర్వర్తించాల్సిందే అనే సత్యాన్ని తెలియచేస్తుంది. రెండవ గాథ తన ప్రాణాలు పోతున్నా సరే యజమాని క్షేమాన్నే కోరుకోవాలి అంటు స్వామిభక్తిని రొమాంటిసైజ్ చేసి చెపుతుంది.

❖❖❖

హరప్ప ముద్రలపై (Seal) ఏనుగు బొమ్మలుండటాన్ని బట్టి అయిదువేల ఏండ్లక్రితం నుంచే మనపూర్వీకులకు ఏనుగులతో సాహచర్యం ఉందని ఊహించవచ్చు.

ఋగ్వేదంలో ఏనుగు "మృగ హస్తిన్" (చేయికలిగిన జంతువు) అని చెప్పబడింది. మహాభారత యుద్ధంలో ఏనుగుల ప్రస్తావన కలదు. అలగ్జాండర్ యుద్ధ ఏనుగును చూసి హడలిపోయాడని ఒక కథనం ఉంది.

ఏనుగులను మచ్చికచేయటం, వాటిని వివిధ అవసరాలకు వాడుకోవటం రాజుకు మాత్రమే ఉండే హక్కుగాను, ఏనుగుని ఇతరులెవరైనా మచ్చికచేసినా, చంపినా మరణదండన అని కౌటిల్యుని అర్ధశాస్త్రంలో చెప్పబడింది. ఏనుగులపై మోనోపలి రాజ్యానికి మాత్రమే పరిమితం చేయటం రాజ్య సంరక్షణ వ్యూహంగా అనుకోవాలి.

ఏనుగులను పట్టుకోవటం, శిక్షణ, సంరక్షణ, వాటి పోషణ చూసే అధికారిని హస్త్యాధ్యక్ష అంటారని అతని విధులు, బాధ్యతలు గురించి ఒక అధ్యాయమే ఉంది కౌటిల్యుని అర్ధశాస్త్రంలో.

పైవన్నీ ఒకపార్శ్వం కాగా – అడవిలో స్వేచ్ఛగా సంచరించే ఏనుగులను బంధించి వాటిని వివిధ రకాల యాతనలకు గురిచేసి శిక్షణ ఇవ్వటాన్ని ఎవరో ఓ ప్రాచీన గాథాకారుడు నిశితంగా పరిశీలించి ఉంటాడు. 191, 192, 196 గాథలలో ఉద్వేగభరితంగా పోతపోయటం మరొక పార్శ్వం. ఈ పని ఒక్క సాహిత్యం మాత్రమే చేయగలదు.

ఏనుగు కుంభస్థలాలలోని ముత్యాలను (ఒకరకమైన గుండ్రని సున్నపు నిర్మాణాలు) సంపాదించటం వీరత్వానికి చిహ్నం. ఆ వేటగాడు అనేక ఏనుగులను చంపి వాటినుంచి సేకరించిన ముత్యాలతో హారాలు అల్లి పాత భార్యలకు బహూకరించి

ఉంటాడు. ఇక పడుచుదైన కొత్త భార్య భర్తను కొంగున కట్టేసుకొంది. భర్త వేటకు వెళ్ళటమే లేదు. ఏనుగుల వధా లేదు, ముత్యాల హారాలు లేవు. ఆమెకు దక్కుతున్నవి నెమలి ఈకలు మాత్రమే. అలా భర్త తన చుట్టూ తిరుగుతూ ఉండటం తన ఆడతనానికి దక్కిన గౌరవంగా గర్వంగా భావిస్తూ నెమలి ఈకలు మాత్రమే ధరించి సవతుల మధ్య గర్వంగా తిరుగుతోన్నదట ఆ పడుచు పుళిందస్త్రీ.

❖❖❖

ఒక సంస్కృత చాటువులో– మానససరోవరం నుంచి వచ్చి ఊరి చెరువుగట్టుపై వాలిన ఒక హంసను అక్కడి స్థానిక కొంగలు "ఎవరు నీవు, ఎచటనుంచి వచ్చావు?" అని ప్రశ్నించగా "నన్ను హంస అంటారు నేను స్వర్ణపద్మాలు, మంచిముత్యాలతో నిండి, దేవతలు స్నానించే పవిత్ర మానససరోవరం నుంచి వచ్చాను" అన్నదట. దానికి ఆ స్థానిక కొంగలు "అక్కడ నత్తలుంటాయా" అని ప్రశ్నించగా "నత్తలంటే ఏమిటి" అని విస్తుపోయి ఎదురుప్రశ్నించిందట ఆ మానససరోవరపు హంస. పై చాటువులో పారలౌకిక విషయాలు గొప్పవనీ ప్రాపంచిక విషయాలు అల్పమైనవనే వెటకారపు భావన ఉంది.

వజ్జాలగ్గంలోని 261వ గాథ పై చాటువుకు ఏనాడో బలమైన సమాధానం చెప్పింది. మానససరోవరం, దేవతలు స్నానం చేయటం లాంటి అలౌకిక కాల్పనిక విషయాలను వదిలి ఇక్కడ ఉంటున్నందుకు "నీవింకా చచ్చిపోలేదేమి" అంటూ కత్తివాదర లాంటి వ్యంగ్యంతో ఖండించాడా ప్రాకృత జైన గాథాకారుడు.

❖❖❖

ప్రాచీన భారత సమాజంలో స్త్రీలు పురుషులతో సమానమైన గౌరవాన్ని పొందారు. బౌద్ధ థేరీగాథల్లో ఆనాటి స్త్రీ అనుభవించిన స్వేచ్ఛ సమానత్వం కనిపిస్తాయి. శాలివాహన గాథాసప్తశతిలో స్త్రీపురుషులు సమానస్థాయి గలిగిన వారిలానే చెప్పబడ్డారు తప్ప పురుషాధిక్య భావజాలం పెద్దగా కనిపించదు. కాలక్రమేణా స్త్రీ స్థానం కిందకు జారింది. పాతివ్రత్యం గురించి; జీవితపర్యంతం పరాధీనంగా బ్రతకటమే ఆదర్శంగాను; భర్త ధూర్తుడైనా అతన్నే పూజించాలని; తనకు అనుకూలవతికాని భార్యను భర్త త్యజించవచ్చు కానీ భార్యకు ఆ హక్కు లేదని లాంటి నీతి సూత్రాలను స్మృతికారులు బోధించటం మొదలుపెట్టారు. స్త్రీ అంటే పుత్రుడిను ఇచ్చే సాధనంగా మార్చివేసారు.

ఈ కాలానికే చెందిన వజ్జాలగ్గములోని కొన్ని గాథలు ఉత్తమ ఇల్లాలు ఎలా ఉండాలో చెపుతాయి. 455, 458, 461, 462 లాంటి గాథలు స్త్రీలను పురుషాధిక్యత అనే చట్రంలో బిగించటానికి సాహిత్యరూపంలో చెప్పిన సామాజిక సూత్రాలు అని సులభంగానే పోల్చుకొనవచ్చును.

❖❖❖

ఒకప్పుడు లేఖకులు ఊరూరా తిరుగుతూ ఊరి పండితుల వద్ద ఉండే వివిధ గ్రంథాలకు ప్రతికలను పుట్టిస్తూ (నకళ్ళు తీయటం) జీవనం సాగించేవారు. రామాయణ భారతాదులకు నకళ్ళుతీయించి పంచిపెట్టటం ఒక పుణ్యకార్యంగా ఉండేది అప్పట్లో. అలాంటి లేఖన పని సరిగ్గా చేతకాని ఒక లేఖకుని గురించి 508 గాథ తెలుపుతుంది.

వేదకాండలకు శుభ ముహూర్తములు నిర్ణయించేందుకు వేదాలకు ఉపాంగంగా జ్యోతిష్యశాస్త్రం ఏర్పడింది. వరాహమిహిరుడు, ఆర్యభట్టారకుడు, పరాశరుడు, కల్యాణవర్మ లాంటి వారు ఖగోళశాస్త్ర పరిశీలనలను జ్యోతిష్యశాస్త్రానికి అన్వయించి ఈ రంగాన్ని తీర్చిదిద్దారు. జ్యోతిష్యశాస్త్రం హిందూ సమాజాన్ని సంపూర్ణంగా శాసించిందనే చెప్పాలి. ఈ జ్యోతిష్యం హిందూ రాజులనే కాదు ముస్లిం రాజులను కూడా ప్రభావితం చేసింది. ముఘల్ పాలనలో జ్యోతిష్కులు అక్బర్ ఆస్థానంలో చేరి, చక్రవర్తి దినచర్యలలో మంచి చెడ్డలు చెప్పటం ద్వారా రాజకీయనిర్ణయాలను ప్రభావితం చేసారు. ఈ ప్రభావం ఎంతవరకూ వెళ్ళిందంటే, అక్బరుకు మూలా నక్షత్రంలో కూతురు జన్మించినందుకు శాంతిహోమాలు జరిపించటం, రోజుకు నాలుగు సార్లు దగ్గరుండి ఆయనతో సూర్యనమస్కారాలు చేయించటం వరకు. రాజుల స్థాయిలో యజ్ఞయాగాదులకు, దండయాత్రలకు, యుద్ధాలకు మంచి చెడ్డలకు ముహుర్తాలు, శాంతులు నిర్ణయించటమే కాక సామాన్యుల జీవితాలలోకి కూడా జ్యోతిష్యం ఏ మేరకు చొచ్చుకుపోయిందో 497 గాథ తెలియచేస్తుంది. నగరవీథుల్లో జ్యోతిష్యం ఒక అంగడి సరుకుగా ఉంటూ ఎంతమంది జీవితాలను ప్రభావితం చేసి ఉంటుందో! ఎంతమందికి ఉపాధి కల్పించి ఉంటుందో ఊహింపశక్యం కాదు.

వజ్జాలగ్గము కావ్యానికి 1969లో Prof. M.V. Patwardhan ఇంగ్లీషు అనువాదం వెలువరించారు. ఈ గాథల అనువాదాలకు ఇది ఆధారం.

కువలయమాల[7]

కువలయమాల ఉద్యోతన సూరి అనే జైనాచార్యుడు CE 779లో ప్రాకృతభాషలో వ్రాసిన కావ్యం. కువలయమాల అంటే "నీలి కలువల మాల" అని అర్థం. కువలయమాల చంపూ లక్షణాలు కలిగిన కావ్యం. చంపూ లక్షణం అంటే పద్యము గద్యము కలగలిసి ఉండటం. ఈ తరహా శైలికి ఇదే ప్రథమమని ఆ తరువాత ఇదే బాణీలో అనేక కావ్యాలు వెలువడ్డాయి అంటారు.

చంద్రపాలుడనే యువరాజు, కువలయమాల అనే కథానాయికని పెండ్లాడటం కావ్య ఇతివృత్తం. కథాగమనంలో క్రోధం, గర్వం, వంచన, లోభం, మోహం లాంటి మానవ లౌల్యాలను వరుసగా చంద్రసోము, మానభట్టు, మాయాదిత్యుడు, లోభదేవుడు, మోహదత్తుడు అనే ప్రతీకాత్మక (allegorical) పాత్రలుగా చేసి వారితోనే వారి జీవిత అనుభవాలను చెప్పించి తద్వారా జైనమత ధర్మాలను బోధింపచేసాడు ఉద్యోతనసూరి.

కువలయమాలలో సాహిత్య అంశాలకన్న ఒకనాటి సామాజిక, రాజకీయ అంశాలు ఆసక్తికరంగా ఉంటాయి. వీటిలో కొన్ని ఆంధ్రదేశానికి చెందినవై ఉండటం మరింత ఆసక్తిదాయకం.

ఉద్యోతన సూరి

ఉద్యోతన సూరి క్షత్రియ వర్ణానికి చెందిన వ్యక్తి. ఇతనికి దాక్షిణ్యసింహ అనే మరోపేరు కూడా కలదు. ఈ కువలయమాల కావ్యాన్ని నేటి జోధ్‌పూర్ పట్టణానికి 75 మైళ్ళ దూరంలో ఉన్న సుక్రి నది ఒడ్డున కల జాబాలిపుర అనే ఊరిలో నివసిస్తూ రాసానని, రాజహస్తిన్ వత్సరాజు తన ప్రభువు అని చెప్పుకొన్నాడు. రాజహస్తిన్ వత్సరాజుకి చెందిన 9 నాణాలు కానౌజ్ వద్ద లభించాయి. ఉద్యోదనసూరి గురువు జినాచార్య హరిగుప్తుడు.

❖❖❖

కువలయమాల కథానాయకుడు కథానాయికిని వెతుక్కొంటూ విజయపురి అనే పట్టణాన్ని చేరుకొంటాడు. ఈ విజయపురి కృష్ణా నది ఒడ్డున, నౌకాశ్రయానికి కొద్దిమైళ్ళ దూరంలో సముద్రయానానికి అనువైన నగరంగా వర్ణించబడింది. అయోధ్యనుంచి ఒక నెల మూడురోజుల వ్యవధిలో విజయపురి చేరుకోవచ్చు అని ఉంది. కువలయమాల రచనా కాలానికి ఆంధ్రప్రాంతంలో ఇక్ష్వాకుల పాలన, నాగార్జున కొండ వైభవం చారిత్రికంగా కనిపించే విశేషాంశాలు. అప్పట్లో ఈ ప్రాంతం వ్యాపారరంగంలో, విద్యాపరంగా ఆధ్యాత్మికంగా అత్యున్నత స్థానంలో ఉండేది. కథానాయకుడు విజయపురి నగరసంచారం చేసి అనేక విషయాలను గమనించినట్లు చెప్తూ ఆనాటి అనేక సమకాలీన అంశాలను తన రచనలో పొందుపరిచాడు ఉద్యోతనసూరి.

విజయపురిలో ఉన్న ఒక ఆశ్రమపాఠశాలలో కర్ణాటక, లాట, మాళవ, కన్యాకుబ్జ, నాసిక్, మహరాష్ట్ర, సౌరాష్ట్ర, దక్క, సింధు లాంటి దేశాలనుంచి వచ్చిన విద్యార్థులు వ్యాకరణం, బౌద్ధం, సాంఖ్యం, జైన, చార్వాక దర్శనాలు, 72 కళలు, 64 విజ్ఞానాలు (నిమిత్త, మంత్ర, యోగ, Ajñana/ప్రాచీన నాస్తికవాదం, బ్లాక్ మాజిక్, ధాతువాదం, యక్షిణిసిద్ధి, యుద్ధవిద్య, యోగమాల, యంత్రమాల, జ్యోతిష్య, రసాయిన, చందస్సు, వృత్తినిరుక్త, పాత్రచ్ఛేధ లాంటి విద్యలు) నేర్చు కొంటున్నారట. (150-151 verse).

ఈ సందర్భంగా వేదాధ్యయనం చేస్తున్న కొద్దిమంది విద్యార్థులను ఎద్దేవాచేస్తూ ఉద్యోతన సూరి కొన్ని వ్యాఖ్యలు చేసాడు.

.... "వీరు వేదాలను భట్టీయం వేస్తున్నారు; బలమైన కండలు తిరిగిన దేహంతో నిత్యం వ్యాయామం చేస్తూ లెక్కలేనితనంతో హింసాత్మక ధోరణితో జీవిస్తున్నారు; వీళ్ళంతా నైతికవిలువలు లేని మూర్ఖుల సమూహం"........

హిందూమతం ఇంకా పూర్తిగా స్థిరీకరింపబడని కాలంలో వేదాలను అధ్యయనం చేస్తున్న హిందు విద్యార్థుల పట్ల జైనుడైన ఉద్యోతనసూరి చేసిన ఈ వ్యాఖ్యలు చారిత్రికంగా విలువైనవి.

పైన చెప్పిన ఆశ్రమపాఠశాల ఆంధ్రదేశంలో అప్పటికే ప్రసిద్ధిచెందిన ఆచార్యనాగార్జునుని విశ్వవిద్యాలయం కావొచ్చును. ఆచార్యనాగార్జునుడు (150-250 CE) ఆధ్వరంలో నెలకొల్పిన బౌద్ధవిద్యాలయం 5 అంతస్థులతో 1500 గదులు కలిగి ఉన్నదని చైనా యాత్రికుడు ఫాహియాన్ (ఐదో శతాబ్దం) పేర్కొన్నాడు.

❖❖❖

విజయపురి విఫణివీథులలో వివిధ ప్రాంతాలకు చెందిన వ్యాపారస్తులను కథానాయకుడు పరిశీలించి వారు 18 రకాల భాషలు మాట్లాడుతున్నట్లు గుర్తిస్తాడు. వీరిలో ఆంధ్రుల గురించి ఇలా ఉన్నది

.... ఆంధ్రులు రసికులు, యుద్ధప్రియులు, అందగాళ్లు, భోజనప్రియులు. వారు అతి పుతి రతిమ్ అని మాట్లాడుకొంటున్నారు (They utter ati puti ratim). ఇంతే కాక ఈ విఫణివీథి ఘట్టంలో – మధ్యదేశస్థులు మాటకారులని, మగధవారు అందవికారులని, సైంధవులు సున్నితులని, గుర్జరులు దైవభక్తులని, మాళవులు ఉద్రేకస్వభావులని, కర్ణాటకులు గర్విష్ఠులని, మహారాష్ట్రీయులు కలహప్రియులని అంటూ చేసిన పరిశీలనల ద్వారా ప్రాంతాన్ని బట్టి అక్కడి వ్యక్తుల ప్రవర్తనను కల్పన చేయటం విశ్వసనీయంగా అనిపించకపోయినా, ఒకనాటి ఆంధ్రదేశంలో కృష్ణానది ఒడ్డున ఉండిన విజయపురి అనేక జాతులు నివసించిన కాస్మోపాలిటన్ నగరమని మాత్రం అవగతమౌతుంది.

కువలయమాలలో పూర్వకవుల ప్రశస్థిని చెప్పే పద్యంలో (6) ఉద్యోతనసూరి తాను ఇష్టపడే పాలితుడు, శాతవాహనుడు, చప్పన్నయల పట్ల వినయాన్ని ప్రకటించుకొన్నాడు. ఈ ముగ్గురు ప్రాకృత కవులలో పాలితుడు తరంగవతి పేరుతో గొప్ప ప్రాకృత కావ్యాన్ని రచించిన జైన కవి. ఒకటో శతాబ్దానికి చెందినవాడు. ఈ రచన నేడు అలభ్యం. ఇతను గాథాసప్తశతి సంకలనకర్త అయిన హాల చక్రవర్తి ఆస్థాన కవి.

శాతవాహనుడు అంటే హాలచక్రవర్తి. శాతవాహనుల కాలంలో చప్పన్నయల పేరుతో కొంతమంది కవులు ఉండేవారని, వీరి గురించిన ప్రస్తావనలు దండి, అభినవగుప్తుని రచనలలో కనిపిస్తాయి. వీరు మొత్తం 56 మంది అని పండితుల అభిప్రాయం. Chappannayagahao అనేది వీరి గాథల సంకలనం. ఇవి కూడా సప్తశతి గాథలవలె ఉంటాయి. ఈ రచన నేడు అలభ్యం.

అంతవరకూ ప్రజల భాషగా, కావ్యభాషగా చలామణీ అయిన ప్రాకృత భాషను సంస్కృతభాష క్రమేపీ తొలగించుకొంటూ వస్తున్న ఒక చారిత్రిక సంధికాలంలో వ్రాసిన కావ్యం కువలయమాల. ప్రాకృతభాష జైన బౌద్ధాల మతభాష. సంస్కృతం హిందూమతభాష. సామాజికంగా వైదికమతం హిందూమతంగా స్థిరీకరింపబడుతున్న కాలం కూడా అది.

ప్రాకృతభాషను ప్రేమించి, దానిలో గొప్ప సాహిత్యాన్ని సృజించిన ఉద్యోతనసూరి, వాక్పతిరాజు లాంటి కవులకు ప్రాకృతభాష అలా అప్రాధాన్యమవటం బాధకలిగించి ఉండవచ్చు. గౌడవహోలో వాక్పతిరాజు "ప్రాకృతభాషను తృణీకరించే వారిని చూసి జాలిపడతాం" అంటూ తన ఆవేదనను ఆత్మగౌరవ ప్రకటనారూపంగా 95 గాథలో నిక్షిప్తం చేసాడు.

పై గాథను బట్టి ప్రాకృత రచనలను విస్మరించటం ఏడవశతాబ్దం నాటికే మొదలైందని అర్థం చేసుకొనవచ్చును. దూసుకొస్తున్న సంస్కృతం ధాటికి ప్రాకృతంలో ఉండిన గొప్పసాహిత్యం కనుమరుగు అవ్వొచ్చు అనే ఊహ ప్రాకృతకవులను బాధించింది. అయినప్పటికీ ప్రాకృతసాహిత్యాన్ని తృణీకరించటం వల్ల సమాజమే నష్టపోతోంది మాకేం బాధ అనటం ఒక చారిత్రిక సందర్భాన్ని ఘనీభూతం చేయటమే.

❖❖❖

ఒకనాటి సంస్కృత, ప్రాకృత భాషల మధ్య నడిచిన రాజకీయాలను ఉద్యోతనసూరి ఒక ఘట్టం ద్వారా కువలయమాలలో నిక్షిప్తం చేసాడు.

ధనదేవుడు అనే వ్యాపారి నౌకాభంగం వల్ల ఒడ్డుకు కొట్టుకొని వచ్చి ఒక అడవి చేరతాడు. అక్కడ అతను నరమాంసభక్షకులను, భీకరమైన గంధభేరుండ పక్షులను తప్పించుకొని ఒక చెట్టుక్రిందకు చేరి విశ్రమించగా కొద్దిసేపటికి అతనికి వింతైన భాషలో సంభాషణలు వినిపిస్తాయి. ఆ సంభాషణలు ఏ భాషకు చెందినవో అర్థం కాక పరిపరివిధాలుగా ఇలా తర్కించుకొంటాడు.

........."నేను వింటున్నది ఏ భాష? సంస్కృతం కాదు. ఎందుకంటే సంస్కృతం దుష్టుని హృదయంలా కఠినంగా ఉంటుంది. పదాలకు నానార్థాలతో, వాక్యనిర్మాణానికి వందల మెలికలతో, అర్థం చేసుకోవటానికి కష్టంగా ఉంటుంది. ఇది అలా లేదు.

ఇది ప్రాకృతమా? కాదు. ఎందుకంటే ప్రాకృతం మంచివారి పలుకుల్లా ఆనందాన్నిస్తుంది. గొప్ప వ్యక్తులు జీవితసాగరాన్ని మధిస్తూంటే, ఎగసిపడే జ్ఞాన కెరటాలతో, పైకి ఉబికే అమృతంతో ప్రాకృతభాష నిండి ఉంటుంది. పదాల శబ్దార్థాలు పరస్పరం పరిపూర్ణతనొంది ఉంటాయి. వింటున్న ఈ భాష అలా లేదు.

కాకపోతే ఇది అపభ్రంశమా? అదీ కాకపోవచ్చు. ఎందుకంటే అపభ్రంశ భాష సెలయేటి గలగలల సౌకుమార్యాన్ని, వరద ప్రవాహపు భీకరత్వాన్ని కలగలుపుకొని

ఉంటుంది. సంస్కృత, ప్రాకృత పదాలను ఇముడ్చుకొని, ప్రియుని కల్లాపంలా ఏకకాలంలో కఠినంగాను, సున్నితంగానూ ఉండగలదు. ఇది అలా లేదు" ....

ఉద్యోతనసూరి పై సంఘటన ద్వారా సంస్కృతం, ప్రాకృతం, అపభ్రంశ (సంస్కృత, ప్రాకృతాల మిశ్రమ భాష) భాషలపై తనకున్న అభిప్రాయాలను చెప్పాడు. జాగ్రత్తగా గమనిస్తే సంస్కృతం పట్ల ఉద్యోతనసూరి అసహనం, ప్రాకృతం పట్ల అవ్యాజప్రేమను సులభంగానే పోల్చుకోవచ్చు. ఇక సంస్కృత భాష అనేది దుష్టుల భాషగా ప్రాకృతం మంచివారి భాషగా చెప్పటం కూడా ఆసక్తికరం.

Rogue Stories (Dhurtakhyana) అనే పేరుతో హిందు పురాణగాథలలోని తర్కరాహిత్యాన్ని, అసంబద్ధతలను విమర్శిస్తూ వివాదాస్పద వ్యంగ్య రచన చేసిన జైన హరిభద్రసూరి శిష్యుడైన ఉద్యోతనసూరి అభిప్రాయాలు అంతకు భిన్నంగా ఎలా ఉండగలవు?

లీలావతి పరిణయం[8]

ప్రాచీనకాలంలోని విక్రమార్కుడు, భోజుడు వంటి రాజులను కథానాయకులుగా చిత్రించిన కథలు అనేకం కలవు. అదొక సాహిత్య సాంప్రదాయం. ఎనిమిదో శతాబ్దానికి చెందిన కుతూహలుడు (Kouhala) హాలుని ప్రధానపాత్రగా తీసుకొని వ్రాసిన కావ్యం పేరు లీలావతి పరిణయం (Lilavai).

లీలావతి కావ్యం గోదావరి – సముద్రంలో కలిసే చోటులో జరిగింది. ఈ కావ్యంలో హాలుడు కథానాయకుడు. ఇతను గోదావరి తీరంపై ప్రతిష్ఠానపురాన్ని (మహారాష్ట్ర) రాజధానిగా చేసుకొని పరిపాలిస్తున్నాడు. ఇతని మంత్రులు పొట్టిస, భట్టకుమారిల కాగా ఇతని సైన్యాధ్యక్షుడు విజయానంద. హాలుని గురువు పేరు నాగార్జునుడు.

హాలుని వద్ద సేనానిగా పనిచేస్తున్న విజయానందుడు, మంత్రి పొట్టిస ఒకరోజు ప్రతిష్ఠానపురం నుంచి బయలుదేరి పాండ్యరాజ్యం మీదుగా ధనుష్కోటి చేరుకొని రామేశ్వరాలయంలో పూజలు చేసి తిరుగుప్రయాణంలో వీరు ప్రయాణిస్తున్న ఓడ పెద్ద తుఫానులో చిక్కుకొంటుంది. ఆ తుఫానులో కొట్టుకుపోయి గోదావరినది, సముద్రంలో కలిసేచోట ఒడ్డుకు చేరుకొంటారు.

ఇక్కడ వారు అడవిలో కొద్దిసేపు ప్రయాణించి భీమేశ్వర దేవాలయానికి చేరుకొని, దైవ దర్శనం గావించుకొని దానికి దక్షిణం వైపు ఉన్న ఒక మఠంలో బస చేస్తారు. అక్కడ వీరు, హాలుని పెండ్లాడాలని బయలుదేరి అదే మఠంలో బసచేసిన సింహళ దేశ రాకుమారి అయిన లీలావతిని కలుస్తారు.

ఈ విషయాలన్నీ ప్రతిష్ఠానపురం వెళ్ళి హాలునికి చెప్పగా, హాలుడు బయలుదేరి సప్తగోదావరి తీరాన కల భీమేశ్వర ఆలయానికి వచ్చి లీలావతిని భీమేశ్వర స్వామి సన్నిధిలో పరిణయమాడటంతో కావ్యం ముగుస్తుంది. లీలావాయి గ్రంథాన్ని అనువదించిన Dr. A.N. Upadhye, ఈ కావ్యంలో చెప్పిన ఆలయం ఉమ్మడి

తూర్పుగోదావరి జిల్లాలోని ద్రాక్షారామ భీమేశ్వర ఆలయంగా గుర్తించారు.

లీలావతి పరిణయం జరిగిన ఆలయం ద్రాక్షారామ భీమేశ్వర ఆలయం కాదని అది నేటి కరీంనగర్, అదిలాబాద్ జిల్లాల మధ్య ఉన్న ధర్మపురి సమీప ప్రాంతమని 2003లో డా. సంగనభట్ల నరసయ్య ప్రతిపాదించారు. ఈ వాదనను పూర్వపక్షం చేసే అంశాలు ఇవి.

1. లీలావాయి గ్రంథంలో నౌకాభంగం జరిగి హాలుని అనుచరులు ఒడ్డుకు కొట్టుకొని వచ్చి కొద్దిదూరం అరణ్యంలో నడిచి భీమేశ్వర ఆలయాన్ని చేరుకొన్నట్లు ఉన్నది. ద్రాక్షారామ భీమేశ్వర ఆలయంకు పదికిలోమీటర్ల దూరంలో ఇంజరం వద్ద సముద్రపాయ కలదు. సముద్రంలో నౌకాభంగం జరిగి వీరు ఈ పాయగుండా ఇంజరం వద్ద తీరాన్ని చేరుకొని, అక్కడనుంచి ద్రాక్షారామ భీమేశ్వర ఆలయాన్ని చేరుకొని ఉండవచ్చును. కరీంనగర్ నుంచి సమీప సముద్రతీరానికి కనీసం 500 కిలోమీటర్ల దూరం ఉంటుంది.

2. ప్రాచీనకాలంలో ధర్మపురివద్ద గోదావరికి సప్తగోదావరి అన్న పేరుకానీ, అక్కడ ప్రసిద్ధిచెందిన భీమేశ్వర ఆలయం కానీ ఉన్నట్లు మరే ఇతర సాహిత్య ఆధారాలు లభించవు. స్కంద, బ్రహ్మ, వామన, దేవిభాగవత పురాణాలలో సప్తగోదావరి ప్రస్తావనలు ఉన్నాయి. ద్రాక్షారామ భీమేశ్వర ఆలయంలో అంతర్వాహినులుగా సప్తగోదావరులు ప్రవహించే పుష్కరిణి కలదు. దీనివర్ణనలు పదిహేనో శతాబ్దపు శ్రీనాథుని భీమేశ్వరపురాణంలో కలవు.

3. ద్రాక్షారామ భీమేశ్వర ఆలయం అతి ప్రాచీనమైనది. ఇక్కడ లభించే శాసనాలలో అతి పురాతమైనది CE తొమ్మిదోశతాబ్దానికి చెందినది.

పై ఆధారాలను బట్టి లీలావాయిలో వర్ణించిన ఆలయం ద్రాక్షారామ భీమేశ్వర ఆలయం కావొచ్చునని భావించవచ్చు.

లీలావాయి కావ్యంలోని గాథలను Ancient Indian Literature, Vol II, Sahitya Akademi, (1960) నుండి స్వీకరించటం జరిగింది.

సేతు బంధ[9]

సేతు బంధ అంటే వంతెన నిర్మాణం అని అర్థం. సీతాదేవి కొరకు అన్వేషణ, రామసేతు నిర్మాణం, రావణ వధ లాంటి రామాయణ ఘట్టాలతో కూడిన కావ్యం ఇది. దీనిని వాకాటక వంశానికి చెందిన ప్రవరసేనుడు అనే రాజు 5వ శతాబ్ద ప్రారంభంలో రచించాడు. ఇతను CE 410-440 మధ్య రాజ్యం చేసాడు. ఈ కావ్యాన్ని కాళిదాసు పరిష్కరించి ఉండొచ్చు అనే వాదన కలదు. ఈ కావ్యాన్ని అక్బర్ చక్రవర్తి తన సభలో పండితులను కోరి చదివి వినిపించుకొన్నాడట.

ప్రవరసేనుడి సేతుబంధ కాంబోడియా రాజ్యంలో తొమ్మిదోశతాబ్దంలో ప్రముఖ కావ్యంగా ఉండేది. తొమ్మిదోశతాబ్దపు కాంబోడియా రాజైన యశోవర్మ శాసనంలో సేతుబంధ ప్రస్తావన కలదు .

సేతుబంధకే రావణ వధ అని పేరు కూడా ఉంది.

అమరు శతకం[10]

Andrew Schelling అనువదించిన Erotic Love Poems from India (2019) చదివి దాని మూలం కొరకు ప్రయత్నించినపుడు Amarusatakam edited by chintaman ramachandra devadhar రచన దొరికింది. ఇందులో సంస్కృతమూలరచన దానికి ఇంగ్లీషు అనువాదం ఉన్నాయి. ఈ రెండిటి సహాయంతో కొన్ని నచ్చిన పద్యాలను తెలుగు చెయ్యాలని 2021లో చేసిన ప్రయత్నమిది.

ఈ రచన గాథాసప్తశతి లాగ ఉన్నది అని ఒక మిత్రుడు చేసిన వ్యాఖ్యకు అప్పుడు ఫేస్‌బుక్ వాల్ పై ఇచ్చిన సమాధానం ఇది.

1. గాధాసప్తశతి ప్రాకృత రచన. ఇంకా చెప్పాలంటే జైనానికి చెందిన రచన కావొచ్చు.

2. సప్తశతి లాంటివే పెద్దగా ప్రాచుర్యంలోకి రాని గౌడవహో, వజ్జాలగ్గం లాంటి జైన ప్రాకృత రచనలు ఉన్నాయి.

3. ప్రాకృతం తరువాత సంస్కృతం రాజాదరణ పొందింది. ఈ ప్రాకృత రచనలలోని సారాన్ని (సప్తశతి, వజ్జాలగ్గము, గౌడవహో, సరిత్సాగరం కూడా కొంతవరకూ) గ్రహించి సంస్కృత సాహిత్యం సుసంపన్నమైంది. ఆ పని చేయటంలో కవులైన కాళిదాసు, దండి, ఆనందవర్ధనుడు లాంటివారు కూడా వెరవలేదు.

4. ప్రాకృత రచనలలో కనిపించే 2 వేలకు పైగా వర్ణనలు ఆనాటి సంస్కృత రచనలలో ప్రతిబింబించాయని Praktit Verses in Sanskrit Works అనే రెండు సంపుటాల గ్రంథంలో V.M. Kulkarni రుజువు చేసారు.

అంతరించిపోతున్న ఒక మాధ్యమం నుంచి మరొక మాధ్యమంలోకి

సమాచారాన్ని బదలాయింపు చేసినట్లు ప్రాకృతంలోని అందమైన సాహిత్యాన్ని కొందరు రసజ్ఞులు సంస్కృతంలోకి తెచ్చినట్లు ఈ అంశాన్ని చూడాలి.

5. ఈ నేపథ్యంలోంచి చూస్తే అమరశతకం అనేది అప్పటికే చెల్లాచెదురుగా పడి ఉన్న ఏదో ఒక అజ్ఞాత ప్రాకృతరచనకు సంస్కృత రూపం కావొచ్చు.

❖❖❖

CE 750 నాటి అమరుశతక పద్యాలు సప్తశతి గాథలవలె రమ్యమైన చిన్న చిన్న సంఘటనలు, సంభాషణలు. ఆనాటి మానవ స్వభావాన్ని, సామాజిక స్వరూపాన్ని, ఒక మంత్రముగ్ధ లోకాన్ని ఇవి ఇముడ్చుకొన్న విధానం అబ్బురపరుస్తుంది. అమరుశతకం.

అమరుశతకానికి పదమూడవ శతాబ్దంలో రుద్రమదేవకుమారుడు టీక వ్రాసాడు. ఇతను కాకతి ప్రతాపరుద్రుడు అని ఒక అభిప్రాయం కలదు.

ఆనందవర్ధనుని కాలం నుండి అమరుశతకకారుడు అమరు, అమరుక, అమరక వంటి పేర్లతో ఒక్కడుగానే చెప్పారు. అమరశతకం గాథాసప్తశతి లాగే భిన్న కవులు రచించిన పద్యాల సంకలనం అని D.D. Kosambi అభిప్రాయపడ్డారు.

ఈ పద్యాలలో వియోగం, అసూయ, వంచన, భోగలాలస, అమలిన ప్రేమ, దాంపత్యజీవనం వంటి భావనలు ప్రధాన ఇతివృత్తాలుగా ఉన్నాయి. ప్రతిపద్యం ఒక అందమైన పదచిత్రమో, ఒక ఉద్వేగమో, ఒక సంఘటనో కావొచ్చు.

ఆనంద వర్ధనుడు ధ్వన్యాలోకంలో "వేల కావ్యాలెందుకు, అమరుని ఒక్క వాక్యం చాలు ప్రేమ రుచి తెలియటానికి" అంటూ చేసిన ప్రశంస ద్వారా అమరశతకానికి మన ప్రాచీనులు ఎంతటి స్థానం ఇచ్చారో అర్థంచేసుకొనవచ్చును.

ఈ గాథలకు Amarusatakam edited by chintaman ramachandra devadhar,(1959) Erotic Love Poems from India (2019), Andrew Schelling రచనలు స్ఫూర్తి.

ఋతువర్ణనలు[11]

భారతదేశపు ఉత్తర దక్షిణ ప్రాంతాల మధ్య శీతోష్ణ పరిస్థితులు భిన్నంగా ఉంటాయి. ఉత్తరభారతదేశంలో శీతాకాలం సుదీర్ఘంగా ఉంటే దక్షిణభారతదేశంలో వేసవికాలం ఎక్కువగా ఉంటుంది. అయినప్పటికీ సంవత్సర కాలాన్ని ఆరు ఋతువులుగా వర్ణించటం, అటు ప్రాచీన సంస్కృత, ప్రాకృత, ఇటు తమిళ సాహిత్యాలలో స్పష్టంగా కనిపిస్తుంది. ప్రాచీన కవులు భిన్న ఋతువులను భిన్న ఉద్వేగాలను పలికించటం కొరకు నేపథ్యంగా వాడుకొన్నారు.

ఋతువర్ణన అనగానే కాళిదాసు ఋతుసంహారం వెంటనే స్ఫురిస్తుంది. సంస్కృతానికి సంబంధించి ఇదొక క్లాసిక్. అదే సమయంలో ప్రాచీన ప్రాకృత, తమిళ సాహిత్యాలలో కూడా అనేక విధాలుగా ఋతువుల వర్ణన కనిపిస్తుంది. ఇది ఆనాటి సమాజాన్ని, చరిత్రను ప్రతిబింబిస్తుంది. భిన్న ప్రాచీన కావ్యాలలో నాకు నచ్చిన ఋతువర్ణనల సమాహారం ఇది. గాథాసప్తశతి, వజ్జాలగ్గం, సంగం సాహిత్యం, తిరుక్కురళ్‌లు కాక వివిధ వర్ణనలను గ్రహించిన ఇతర కావ్యాల వివరాలు ఇవి.

ఋతుసంహారం: 4 వ శతాబ్దపు కాళిదాసు రచన

శార్ఙ్గధర పద్ధతి (Sarngadharapaddhati): ఇది సుభాషిత రత్నావళి లాంటిది. దీనిని Sharngadhara కవి 1363 CE లో సంకలన పరిచాడు.

శృంగార ప్రకాశ: 11వ శతాబ్దంలో భోజరాజు రచించినట్లు చెప్పబడే అలంకార శాస్త్రానికి చెందిన గ్రంథం.

విద్యాకరుని సుభాషిత రత్నకోశ: CE 1130లలో విద్యాకరుడనే బౌద్ధ పండితుడు సంకలన పరిచిన సంస్కృత సుభాషిత కోశము. దీనిలో మొత్తం 1738 శ్లోకాలు కలవు. ఇవి ఆనాటి భారతదేశ గ్రామీణ సమాజాన్ని ప్రతిబింబిస్తాయి.

ఈ విభాగంలోని ఋతువర్ణనల గాథలను వివిధ మూలాలనుండి గ్రహించటం జరిగింది.

ప్రేమస్వరాలు[12]

తిరుక్కురళ్ గొప్ప ప్రాచీన తమిళ కావ్యం. దీనిని రచించింది తిరువళ్ళువర్ కవి. తిరుక్కురళ్‌లో మొత్తం రెండు పాదాలు కలిగిన 1330 కురళులు (ద్విపదలు) ఉంటాయి. ఇవి సూక్తులుగా, బోధనలుగా, కవితా వాక్యాలుగా సమస్తమానవాళికి నేటికీ స్ఫూర్తినిస్తున్నాయి. ఈ రచన మూడు భాగాలుగా ఉంటుంది. మొదటి విభాగంలో మనుషులు పాటించాల్సిన ధర్మం గురించి, రెండవ విభాగంలో భౌతిక సంపదల గురించి, మూడవ విభాగంలో ప్రేమ గురించి ఉంటుంది. ఇవి హిందూ మతం చెప్పే పురుషార్థాలైన ధర్మ అర్థ కామలతో సరిపోలుతున్నా నాలుగో ధర్మమైన మోక్షం గురించి తిరువళ్ళువర్ మాట్లాడడు.

తిరువళ్ళువర్ కాలానికి సంబంధించి స్పష్టమైన ఆధారాలు లభించవు.

CE రెండో శతాబ్దానికి చెందిన మణిమేఖలై, శిలప్పదికారం కావ్యాలలో తిరుక్కురళ్ గురించిన ప్రస్తావనలు ఉన్నాయి. తిరువళ్ళువర్ అసత్యమెరుగని కవిగా స్తుతించబడ్డాడు. శిలప్పదికారంలో కూడా అనేక కురళులు ఉటంకించబడ్డాయి. అదే కాలానికి చెందిన ఇతర సంగం కావ్యాలలో కూడ తిరువళ్ళువర్ "దివ్యకవి" గా చెప్పబడ్డాడు. ఈ సాక్ష్యాలను బట్టి తిరువళ్ళువర్ ఖాయంగా CE 2వ శతాబ్దానికి ముందు జీవించినవాడని నిర్ధారించవచ్చును. ఆ కాలపు సాహిత్యంలో ఇంత విస్తృతంగా వ్యాప్తి చెందటానికి కనీసం రెండు, మూడు శతాబ్దాలు పట్టి ఉంటుంది. తిరువళ్ళువర్ BCE 3-1 శతాబ్దాల మధ్య జీవించి ఉండాలి అని తమిళ ఇతిహాసకారుడు డా. రాజమాణిక్కనార్ ప్రతిపాదించాడు.

ప్రముఖ తమిళ చరిత్రకారుడు మరమలై అడిగల్- తిరువళ్ళువర్ BCE 31లో జన్మించినట్లు చేసిన ప్రతిపాదనను తమిళనాడు ప్రభుత్వం అంగీకరించి BCE 31ను "వళ్ళువర్ శకారంభ సంవత్సరం" గా గుర్తించింది.

❖❖❖

ఇతని బోధనలలో అహింస, శాఖాహారం పట్ల ఇష్టత ఇంకా ఇతర జైన మత అంశాలను గుర్తించిన పండితులు తిరువళ్ళువర్ జైనుడని అభిప్రాయపడ్డారు. David Shulman (2016) Tamil: A Biography అనే పుస్తకంలో తిరువళ్ళువర్ జైనుడని అన్నాడు. తిరువళ్ళువర్ ఆజీవికుడనే అభిప్రాయం కూడా కలదు. మనుషులు జన్మతా సమానమే అనే భావన కొన్ని కురళ్‌లలో కనిపించటాన్ని బట్టి ఈ తిరుక్కురళ్ కావ్యం - కులం, హిందూ ధర్మం ఇంకా పాదుకొనని కాలంలో రాయబడిన తమిళ కావ్యంగా భావించాలి.

హిందూమతం ఉచ్ఛస్థితికి చేరుకొన్నతరువాత అంతవరకూ జైన, బౌద్ధ, ఆజీవిక సంప్రదాయాలను పాటించిన వ్యక్తులు సంఘబహిష్కృతులు గావించబడ్డారని ఆ విధంగా తిరువళ్లువర్ జాతి అయిన వల్లవన్ జాతి నేడు బహుజన కులంగా మారిపోయిందనే వాదన కూడా కలదు.

డాక్టర్ జి.యు పోప్ అనే కవి తిరువళ్ళువర్ ను ఇలా కీర్తించాడు

వళ్ళువర్ యోగీ! కడజాతిలో జన్మించిన ప్రబోధకుడా!//
నీవు విశ్వమానవకీర్తిగానం చేసే కవివి//
సుగుణాలు, వాస్తవమైన ఆస్తి, ఆనందము
ఇవే మానవుని లక్ష్యం అని
అతిమధురమైన ద్విపదలలో నీవు ఎలుగెత్తి చాటావు //

❖❖❖

మద్రాసు ప్రెసిడెన్సీలో సివిల్ సర్వెంట్ గా పనిచేసిన Francis Whyte Ellis (1777-1819) తిరుక్కురళ్ ద్విపదలను ఎంతగానో ప్రేమించాడు. ఇతను మద్రాసు టంకశాలకు ఇంచార్జ్‌గా ఉన్నసమయంలో తిరువళ్ళువర్ బొమ్మకలిగిన నాణాలను ముద్రింపచేసాడు. Whyte Ellis తిరుక్కురళ్ లోని కొన్ని ద్విపదలను ఇంగ్లీషులోకి అనువదించి 1812 లో ప్రచురించాడు.

తిరుక్కురళ్ కు పూర్తి ఇంగ్లీషు అనువాదం George Uglow Pope 1886లో వెలువరించాడు.

తిరుక్కురళ్ మూడవ భాగమైన కామత్తుప్పాల్ లోని కొన్ని కురళ్ లకు అనువాదాలు ఇవి. వీటికి Tirukkural by VR Ramachandra

Dikshitar,Tiruvalluvar, The Tirukkural by Gopala krishna Gandhi, Tiruvalluvar, The Kural by P.S. Sundaram, తిరువళ్ళువర్, యస్. మహారాజన్, భారతీయ సాహిత్య నిర్మాతలు లాంటి పుస్తకాలు ప్రేరణ.

❖❖❖

బొల్లోజు బాబా

తల్లిదండ్రులు	బొల్లోజు బసవలింగం, అమ్మాజి
సహచరి	సూర్య పద్మ
పిల్లలు	డా. అపరాజిత MBBS, బసవ శ్రీధర్ (MBBS)
చదువు	M.Sc., B.Ed., M.Phil.
వృత్తి	జువాలజీ అధ్యాపకుడు

రచనలు

1. **యానాం విమోచనోద్యమం** (2007)
2. **ఆకుపచ్చని తడిగీతం** (2009) కవితా సంపుటి
3. **ఫ్రెంచిపాలనలో యానం** (2012)
4. **స్వేచ్ఛావిహంగాలు** (2016) (రవీంద్రుని స్ట్రే బర్డ్స్ అనువాదం)
5. **వెలుతురు తెర** (2016) కవితా సంపుటి
6. **కవిత్వ భాష** (2018) సాహిత్య వ్యాసాలు
7. **మూడో కన్నీటిచుక్క** (2019) కవితా సంపుటి
8. **మెకంజీ కైఫీయ్యతులు** (2020)- **తూర్పుగోదావరి జిల్లా**
9. **ప్రాచీన పట్టణాలు - తూర్పుగోదావరి జిల్లా** (2021)
10. **థేరీగాథలు-తొలితరం బౌద్ధసన్యాసినుల కవిత్వం** (2022)
11. **ఫ్రెంచి ఇండియా స్వాతంత్ర్య సమరయోధుడు - శ్రీ దడాల రఫేల్ రమణయ్య** (2023)
12. **వేద బాహ్యులు - చరిత్ర వ్యాసాలు** (2024)

ఇ. బుక్స్	ముద్రిత, అముద్రిత పుస్తకాల PDFలు https://archive.org/details/@bolloju_baba వద్దలభ్యం
బ్లాగు	http://sahitheeyanam.blogspot.com/
ఎఫ్.బి.	https://www.facebook.com/bolloju.baba
అవార్డులు	*ఆకుపచ్చని తడిగీతం* కు **శిలపరశెట్టి సాహితీ ప్రత్యేక పురస్కారం 2010** **ఇస్మాయిల్ సాహితీ పురస్కారం 2017** **రొట్టమాకు రేవు కవిత్వ అవార్డు 2018** **పాతూరి అన్నపూర్ణ స్మారక సాహిత్య పురస్కారం 2020** **పెన్నా సాహిత్య పురస్కారం 2021**

www.ingramcontent.com/pod-product-compliance
Lightning Source LLC
LaVergne TN
LVHW090316051026
849518LV00005B/1798